AF316827

Barabara ya Tanzania
Kwenda Damascus

KALAMU YA MWIJAGE

Kazi hii inawaenzi akraba wenzetu waliopoteza
maisha yao, au kuteswa, kwa sababu ya kutetea
haki za binadamu na uhuru wa kidemokrasia.

Barabara ya Tanzania Kwenda Damascus

Ludovick S Mwijage

KALAMU YA MWIJAGE

Ludovick Simon Mwijage
Bystævneparken 10
2700 Brønshøj Denmark
Simu: (+45) 38 80 83 85
Au   (+45) 50 29 04 27
ludovick.s.mwijage@mail.dk

Mwijage, Ludovick Simon
Barabara ya Tanzania Kwenda Damascus
Kimechapwa mara ya kwanza Februari 2023
katika Trebuchet MS 11pt

Usanii wa jalada la mbele na kurasa za ndani umefanywa na:
TRYK 2100 ApS
Østerbrogade 84
2100 Copenhagen Ø
Denmark

Katalogi ya kitabu hiki inapatikana Maktaba ya Denmark

SPECIAL REPORT

Imperialism after the empire: Lessons from Uganda and Tanzania

"The Empire is dead; long live the Empire!" Have we given enough thought to Tanganyika's *de facto* annexation of Zanzibar in 1964? Thirty years ago, nobody consulted the people of Zanzibar in a referendum as to whether they wanted to give up their sovereignty and become part of the United Republic of Tanzania.

President Julius K. Nyerere of Tanganyika negotiated with dictator Abeid Karume of Zanzibar about the terms of the union – in the same way in which the British imperialists negotiated with the Kabaka of Buganda about the terms of the 1900 Uganda Agreement.

For Cold War reasons, President Nyerere in 1964 was under pressure from President Lyndon Johnson of the United States, who was in favour of ending the independence of Zanzibar in order to avert the risk of an East African Cuba under a Marxist regime on the clove island. The sovereignty of Zanzibar was extinguished without consulting the people in a referendum. It was, in the final analysis, a case of inter-African colonisation, with the blessing of the United States and NATO. Was this a case of African self-colonisation?

Of course, the people of Tanganyika were not consulted in a referendum either about whether there should be a union with Zanzibar. But Tanganyika never really lost sovereignty. Its representation in the United Nations, the

By ALI A. MAZRUI

'What we've witnessed in Tanzania has been a series of remarkable events which can be interpreted as a struggle for the sub-decolonisation of Zanzibar after its forceful annexation by Tanganyika'

Dr Nyerere at a Union Day function to celebrate the merger of Tanganyika and Zanzibar: Was this a case of African self-colonisation?

Brønshøj, Denmark   Februari, 2023

Kutoka Dawati la Mtunzi

Hii ni sehemu ya kwanza ya sehemu nne za **Barabara ya Tanzania Kwenda Damascus.** Ilichelewa kutoka kwa sababu mtunzi hakutumia rasimu ya mwanzo ya kazi hii kufuatia mahojiano yake na mwakilishi wa "Mwalimu Nyerere Foundation (MNF)"; taasisi ya kumuenzi Rais wa kwanza, hayati Julius Kambarage Nyerere, yaliyofanyika mjini Holstebro, nchini Denmark, Julai 21, 2013.

Kutokana na *lacunae* katika kanda ya mahojiano hayo, mtunzi alifikiri ni vyema ayaunganishe na kazi hii kusudi yaeleweke katika muktadha wake sahihi. Mbali na hilo, mtunzi alikusudia msomaji pia apate picha kamili ya msimamo wa mtunzi na kikundi chake *vis-à-vis* jaribio la ujenzi wa taifa la itikadi moja lililotangazwa kwa vigelegele na marimba, Februari 5, 1967—miaka miwili hivi baada ya Tanzania kutangazwa rasmi kuwa taifa la chama kimoja, Julai 10, 1965.

Lakini pia kuna mjadala-nyeti wa matatizo ya muungano (tazama kielelezo ukurasa unaotangulia huu); mjadala ambao serikali ya bara imeudhibiti tangu muungano uundwe kwa kasi ya kipekee, Aprili 26, 1964. Kuna ushahidi wa kutosha kuonyesha kuwa raia wa pande hizi mbili za Bahari ya Hindi wanataka matatizo haya yapatiwe ufumbuzi wa kudumu; na wakati wa kufanya hivyo ni sasa.

Haileti maana hata kidogo Tanzania kusuluhisha migogoro ya mataifa jirani lakini nchini mwake isiweze kumaliza matatizo ya muda mrefu ya muungano wake na taifa la Zanzibar. Matatizo ya kisiasa kama ya muungano huu yasipotatuliwa kwa wakati unaofaa, baadaye huweza kusababisha mitafaruku inayoweza kuigawa jamii badala ya kuimarisha umoja wake. Siyo hilo tu, bali ni sasa kwamba nguvu ya Zanzibar katika muungano inaanza kudhihirika kwa namna inayofanya baadhi ya Watanganyika kuhoji kama inafaa muungano huu kuendelea nao katika muundo wake wa sasa.

Kwa muhtasari, **Barabara ya Tanzania Kwenda Damascus** ni upembuzi yakini wa kilichojiri nchini tangu utawala wa kigeni hadi kujitawala. Isitoshe, kazi hii pia inatathmini kwa nini baada ya nusu karne tangu mataifa haya mawili yajitawale umma bado unadai mabadiliko ya kweli ya kisiasa na kikatiba bila mafanikio. Kikundi cha mtunzi, sharti isisitizwe, pia kilidai mabadiliko haya kwa nguvu zake zote tangu mwanzoni mwa miaka ya themanini.

Mchunguzi makini wa mandhari ya kisiasa ya Tanzania ya Chama cha Mapinduzi (CCM) atakuwa ameng'amua kuwa mabadiliko yanayofanywa katika kila nyanja yanalenga kuimarisha *status quo*, na siyo mabadiliko raia aliyoyatazamia tangu jaribio la ujenzi wa taifa la kiitikadi lilipotumiwa kuhujumu demokrasia ya kiliberali na badala yake kutaasisi sheria-gandamizi katika mfumo wa taifa. Uhuru wa binadamu hujenga mwelekeo wa taifa. Kama tutakavyotafakari baadaye kwenye sehemu kuu ya simulizi hii, demokrasia iliyotanguliwa na udikteta daima hubeba hatari ya kuibua migogoro-haribifu kutokana na uhuru wa kidemokrasia kugandamizwa kwa kipindi kirefu.

Katiba mpya itakayotaasisi mchakato wa uwajibikaji katika mfumo wa taifa na kurejesha usawa wa madaraka kati ya taifa na raia inahitajika sasa kwa manufaa ya taifa na mustakabali wake.

Tulisema hivyo tangu mwanzoni mwa miaka ya themanini, na tunaendelea kusema hivyo sasa.

JAMHURI YA MUUNGANO WA TANZANIA

BUNGE MAALUM

KATIBA INAYOPENDEKEZWA

OKTOBA, 2014

Shukrani

Mtunzi anashukuru vyanzo alivyovinukuu, na atakavyovinukuu katika sehemu tatu zitakazofuata za kazi hii: vyombo vya habari, waandishi wa habari, watunzi, na waelimishaji. Maoni ya mtunzi ni wajibu wake binafsi na yasihusishwe na vyanzo vinavyonukuliwa katika simulizi hii.

Kukubali udikteta ni kukataa maisha ya kistaarabu

TANGANYIKA ilijitawala, Jumamosi, Desemba 9, 1961, chini ya mfumo wa demokrasia ya kiliberali[1]. Katiba ya nchi ilikuwa ya demokrasia ya kibunge. Kwa hiyo, serikali iliwajibika kwa wananchi kupitia Bunge.

Mfumo ulikuwa hivi: mpiga-kura alichagua mbunge; mbunge alishiriki kutunga sheria za nchi; Baraza la Mawaziri lilitokana na wabunge wa kuchaguliwa moja kwa moja na mpiga-kura.

Baraza la Mawaziri liliongozwa na Waziri Mkuu ambaye pia alikuwa kiongozi wa chama chenye viti zaidi ya nusu ya jumla ya viti vyote katika Bunge[2]. Kama serikali ingeachia madaraka kutokana na uhaba wa viti, kiongozi wa chama-shindani kilicho na ukubwa wa pili katika Bunge angeweza kuunda serikali mpya. Lakini angeweza kufanya hivi kwa kushirikiana na chama kingine chenye uwakilishi katika Bunge. Kwa kawaida, huwepo maridhiano ya kisera kati ya vyama vilivyokubaliana kuunda serikali pamoja. Vinginevyo, serikali ya mseto wa vyama vyenye uwakilishi mdogo bungeni lisingekuwa jambo lililo nje ya tafakuri chini ya utaratibu wa demokrasia ya kibunge.

Aidha, kama chama-tawala kingemuengua kiongozi wake angepoteza pia uwaziri mkuu. Lakini wanachama wakichagua kiongozi mwingine wa kumrithi, huyo ndiye angekuwa Waziri Mkuu mpya.

Baadaye, Waziri Mkuu mpya angeweza kuitisha uchaguzi kwa lengo la kuimarisha serikali yake. Na angeendelea kubaki madarakani ilimradi Bunge ambalo lilihakiki Utawala lilikuwa na imani naye; na, kwamba, yeye, Waziri Mkuu, alizingatia kanuni za kidemokrasia na taratibu za

---

[1]Demokrasia ya kiliberali ni mfumo wa kidemokrasia wa serikali ambao hutambua na kulinda uhuru wa umma na haki binafsi za raia. Chini ya demokrasia ya kiliberali, matumizi ya madaraka hutawaliwa na utawala wa sheria ambao huweka zuio dhidi ya matumizi holela ya madaraka ya taifa kwa kuyaweka chini ya sheria ifafanuayo vyema hali na upeo wa nguvu ya sheria hiyo.

[2]Kama chama kingekuwa na viti vingi lakini bila kuwa na zaidi ya nusu ya jumla ya viti vyote, kingeunda serikali isiyo ya wingi, i.e. minority government. Serikali ya namna hiyo ingepashwa kuungwa mkono na wabunge kutoka vyama vingine ili miswada yake ipite bungeni.

uongozi wa kitaasisi. Uongozi wa kitaasisi huhami viunzi vya mpangilio wa kijamii vilivyo na fokasi kwenye kufanikisha mahitaji ya kijamii, kama vile mahitaji ya: kiserikali; kibiashara; kiuchumi; kimazingira; kielimu; mifumo ya kisheria; lugha za jamii; huduma za afya na dini. Viunzi hivi (taasisi za kijamii) pia husimamia mwenendo wa raia na matumaini yake; na kwa namna hiyo huhimilisha muundo wa kijamii.

Vinginevyo, kamati ya mawaziri wandamizi (Baraza la Mawaziri) ndiyo ilidhibiti sera za serikali. Memba wa kamati hii waliwajibika pamoja. Memba asiyeafikiana na sera zake ingebidi ajiuzuru kwanza ili aweze kuzipinga akiwa nje ya serikali. Na mpiga-kura aliwakilishwa kwenye kamati hii kwa vile ndiye aliyewapigia kura memba wake (mawaziri).

Waziri Mkuu na wenzake katika Baraza la Mawaziri walikuwa na hadhi isiyohitilafiana—japokuwa Waziri Mkuu alifahamika kama wa kwanza kati ya walio na hadhi sawa. Hii ndiyo dhana ya *primus inter pares, id est*, dhana ya wa kwanza kati ya walio na hadhi inayolingana.

Serikali isingechukua maamuzi kadhaa ya kiusalama kama, mathalani, kuamuru taifa kwenda vitani na nchi nyingine bila Bunge kujulishwa kwanza ulazima wa vita hivyo na uhalali wake[3].

Kwa hiyo, serikali ilipowajibika kwa Bunge iliwajibika kwa wananchi waliochagua Bunge hilo. Kama kawaida ya mfumo wa demokrasia ya kiliberali, utaratibu huu ulikidhi tamaduni za kidemokrasia; kanuni za uongozi wa kitaasisi na pia kuzingatia mkataba wa kijamii, i.e. social

---

[3]Kifungu cha 2(4) cha mkataba wa Umoja wa Mataifa kinakataza matumizi ya nguvu au tishio la kutumia nguvu dhidi ya taifa jingine. Hata hivyo, chini ya kifungu cha 51 Sura ya VII taifa lina haki ya kujitetea lenyewe, au pamoja na washirika wake, ikiwa litashambuliwa na taifa jingine. Kwa hiyo, kulingana na mazingira ya mzozo, serikali ingeweza kutumia nguvu za kijeshi kuhami haiba ya taifa ilimradi Bunge (na Kamati ya Usalama ya Umoja wa Mataifa) lingejulishwa haraka iwezekanavyo baada ya uamuzi huo kuchukuliwa. Lakini uamuzi kama huo ungepashwa uwe wa kijeshi na siyo uamuzi uliotokana na siasa ya serikali ya mambo ya nchi za nje. Bunge kuridhia uhalali wa taifa kwenda vitani siyo tu suala la serikali kuwajibika kwa Bunge, bali pia ni suala la sheria ya kimataifa tuliyoifafanua. Vita visivyohalali huweza kuwa uhalifu dhidi ya amani.

contract, kati ya raia na taifa lao. Mkataba wa kijamii ni namna fulani ya makubaliano yasiyo rasmi kati ya wanajamii juu ya ushirikiano wao kwa manufaa ya jamii. Kwa mfano, wanajamii huweka haki kadhaa zihusuzo uhuru wao binafsi mikononi mwa taifa ilimradi taifa lenyewe linazilinda.

Dhana za mkataba wa kijamii ziliibuka kati ya karne ya 16 na 18; na ziliasisiwa na wananadharia, Thomas Hobbes (1588-1679), John Locke (1632-1704), na Jean-Jacques Rousseau (1712-1778), kama ufafanuzi wa chanzo cha serikali na wajibu wa raia.

Kwa kifupi, mfumo wa kisiasa wenye mizania ya kidemokrasia—kama mfumo wa demokrasia ya kibunge Tanganyika iliokuwanao baada ya kujitawala—siyo tu hujenga uhusiano mwema kati ya taifa na jamii, bali pia hujenga usawa wa madaraka kati ya wananchi na taifa lao.

Baadaye, tutatafakari athari za kutokuwapo usawa wa madaraka kati ya wananchi na taifa lao. Lakini, kwa sasa, inatosha kusema kwamba nguvu ya taifa walikuwa watu wenyewe na serikali yao. Nguvu hiyo ilikuwa kwenye hakimiya ya Bunge[4]; Bunge lililokuwa taasisi ya juu ya uwakilishi wa wananchi kutoka kila pembe ya Tanganyika. Kwa kifupi, demokrasia ya kibunge ilikuwa juu ya ushindani wa vyama. Jambo hili linaeleza kwa nini Waziri Mkuu alikuwa pia kiongozi wa chama chake.

---

[4]Hakimiya ya Bunge (parliamentary sovereignty) ulikuwa msingi mkuu wa katiba ya Tanganyika baada ya kujitawala 1961. Bunge lingetunga au kutengua sheria iliyotungwa mwanzoni. Bunge linaloketi lisingezuia Bunge linalofuata kutunga au kutengua sheria. Mahakama ingetafsiri sheria au kuikuza, kama ingebidi, kwa kutumia utaratibu wake na hukumu za mahakama ya juu. Lakini kinyume na mifumo mingine ilivyo, chini ya demokrasia ya kibunge mahakama isingefuta sheria iliyotungwa na Bunge. Kwa muhtasari, hakimiya ya Bunge (parliamentary sovereignty) ilitokana na Bunge kuwa mamlaka ya juu ya kisheria nchini Tanganyika. Kwa upande mwingine, Bunge kuhakiki Utawala haikuimarisha mamlaka ya wananchi waliochagua Bunge hilo peke yake, bali pia ilikuwa namna nyingine ya kuzuia matumizi yasiyohalali ya madaraka ya kisiasa na nguvu za dola. Hata chini ya mfumo wa demokrasia ya kikatiba, i.e. constitutional democracy, madaraka ya taifa na serikali yake hutokana na watu wenyewe kupitia wawakilishi wao. Hii ndiyo hakimiya ya watu (popular sovereignty). Na mbali na tofauti za kimuundo, kidemokrasia miundo hii miwili haitofautiani.

Kwa vyovyote vile, mfumo wa demokrasia ya kibunge kwa kiasi fulani ulitawaliwa na konvensheni za kikatiba. Konvensheni hizi hazikuwa na urasimi *per se* au kuandikwa, bali zilikuwa taratibu za "makubaliano ya kiungwana" zilizofuatwa na taasisi za kisiasa nchini.

Na ingawa hazikuwa kanuni za kisheria kwa kuwa hazikutekelezwa na mahakama, konvensheni kama taratibu za kisiasa, ziliwezesha serikali kuendeshwa kwa ufanisi. Kwa upande mwingine, konvensheni hizi pia zingewezesha mfumo kufuka ili kumudu hali inayobadilika ingawa bila kuhitaji utaratibu maalumu kufanya hivyo kwa sababu ya konvensheni zenyewe kutoandikwa.

Vinginevyo, ilikuwa chini ya konvensheni za kikatiba kwamba Gavana alisaini (kukubali) sheria; kuteua Waziri Mkuu aliyekuwa na viti vingi ilimradi Bunge lilikuwa na imani naye. Kanuni ya mawaziri kuwajibika pamoja pia msingi wake ulikuwa katika konvensheni za kikatiba, kati ya konvensheni zingine. Na ingawa konvensheni hazikujalidi kisheria, wanasiasa wangepata wakati mgumu kama wangezipuuza. Uingereza[5] iliyokuwa na jukumu la kusimamia maendeleo ya kisiasa ya Jimbo la Tanganyika hufuata konvensheni hizi[6]. Kwa hiyo, kihistoria, ushawishi wa vijenzi vya mfumo wa Uingereza kwa nchi za Jumuiya ya Madola[7] ni bayana bila kuhitaji mkazo zaidi.

Kwa hiyo, mfumo mzima wa kisiasa ulilenga kuimarisha mamlaka ya wananchi na serikali yao; kuimarisha taasisi za kisiasa na utawala wa sheria; kuimarisha demokrasia na tamaduni zake; kudumisha uhusiano mwema kati ya wananchi na taifa; kuhakikisha sheria inatendeka (na kuonekana kuwa inatendeka) kwa haki ili usalama wa jamii na amani

---

[5]Kwa Kiswahili Uingereza humaanisha England. Lakini kwa madhumuni ya simulizi hii Uingereza inamaanisha United Kingdom of Great Britain and Northern Ireland. Kadhalika, kwa madhumuni ya simulizi hii Amerika inamaanisha Amerika Kaskazini, *id est* United States of America (USA).
[6]Tazama: Constitutional Conventions I Law Explorer.
[7]Tazama: Commonwealth I History, Members, Purposes, Countries, & Facts—Britannica.

Mfumo wa Taifa 1961-1962

1961/1962: MFUMO WA TAIFA
HAKIMIYA YA BUNGE NA MADARAKA YA UMMA YA KISERIKALI

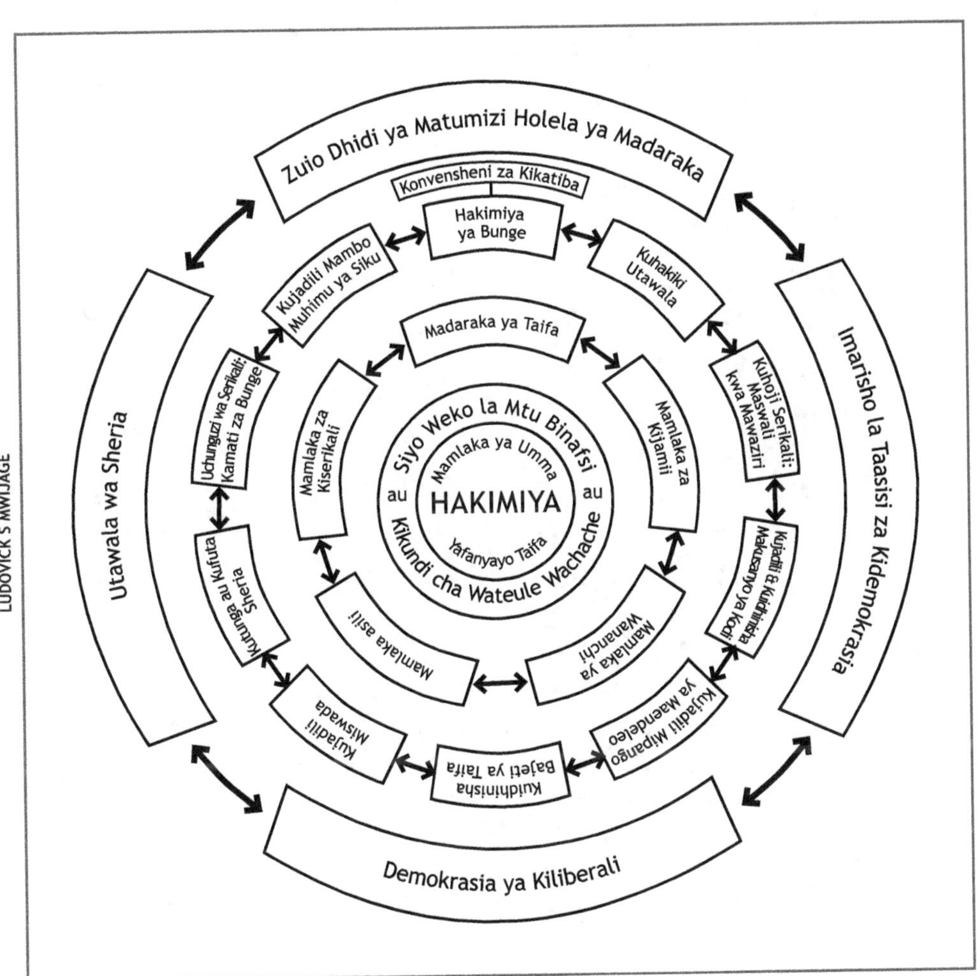

Kujitawala: Mume wa Malkia wa Uingereza Prince Phillip (aliyevaa kijeshi) alimwakilisha Malkia na ndiye alikabidhi Julius Nyerere mikoba ya kikatiba Tanganyika ilipojitawala. Kushoto kwake ni Mwadhama Laurean Kardinali Rugambwa na Meya wa Jiji la Dar-Es-Salaam Sheikh Amri Abedi (aliyevaa miwani na kofia nyeusi).
[Tanzania: MFUMO WA TAIFA/003]

Nyerere ainuliwa na wafuasi wake baada ya Iain Macleod
kutangaza Mei mosi Tanganyika ingepata serikali ya ndani na
kujitawala kikamilifu Desemba. Hii ilikuwa siku ya pili baada
ya mkutano wa kikatiba kuanza mjini Dar-Es-Salaam.
[Tanzania: MFUMO WA TAIFA/002]

ya taifa viimarike. Kwa kifupi, Tanganyika iliongozwa kwa demokrasia ya kibunge kati ya 1961 na 1962.

Mkutano wa kikatiba, i.e. constitutional conference, ulifanyika mjini Dar-Es-Salaam kwenye jumba la Karimjee, Jumanne, Machi 21, 1961, chini ya uenyekiti wa waziri wa makoloni wa Uingereza Iain Macleod.

Kwa hiyo, katiba ya Tanganyika ya 1961/1962 ilifafanua: mamlaka ya kisiasa; msingi wa wanasiasa kuyatumia kwa niaba ya raia; wajibu wa raia kwa taifa lake; jinsi mamlaka ya hakimiya (sovereign authority); mamlaka yaliyokuwa msingi mkuu wa taifa kudai lijitawale lenyewe; yalivyokuwa yamesambazwa kati ya mihimili mikuu mitatu.

Mihimili hii ni Bunge ambalo hutunga sheria. Utawala ambao huteke-leza sheria. Mahakama ambayo hutafsiri sheria; na, katika muktadha mpana zaidi, raia mwenyewe kutokana na nguvu yake ya kiuchaguzi impayo uwezo wa kuamua timu gani ya wanasiasa iliongoze taifa. Na pia kuna Mhimili wa Nne, i.e. Fourth Estate: mwili mzima wa tasnia ya umma ya habari[8]; Mhimili ambao humtaarifu raia-*cum*-mpiga-kura. Mpiga-kura akipata taarifa sahihi huweza kuchagua viongozi bora.

Kama tulivyotafakari (tiniwayo ya 8 *infra*), taarifa sahihi hutokana na vyombo huru vya habari. Katika mazingira ya uhuru wa kidemokrasia tunayojadili (kielelezo ukurasa wa 21) vyombo huru vya habari huwa dimbwi la mseto wa fikra na mawazo-jenga. Kwa hiyo, wanataaluma wa Mhimili wa Nne (Fourth Estate) ama huripoti haraka habari zilizo na umuhimu mkubwa kwa jamii kwa ujumla; au huchambua kwa kina habari na matukio mbalimbali ya kitaifa na kimataifa. Wanahabari pia

---

[8]Tunaposema mwili mzima wa tasnia ya umma ya habari tuna mawazoni waandishi wa habari kitaaluma, wapiga-picha, magazeti, majarida, televisheni, radio, n.k. Mhimili wa Nne kwa kiasi kikubwa huchangia mwelekeo wa jamii na huitwa hivi kutokana na ushawishi wake mkubwa wa kisiasa na kijamii. Kaida za utawala wa kitaasisi na tamaduni za kidemokrasia hulazimu jamii ya kidemokrasia kuweka sheria za kuhami uhuru wa mhimili huu na haki ya raia kupata habari bila kipingamizi. Uhuru wa Mhimili wa Nne ni kinga muhimu dhidi ya matumizi mabaya ya madaraka.

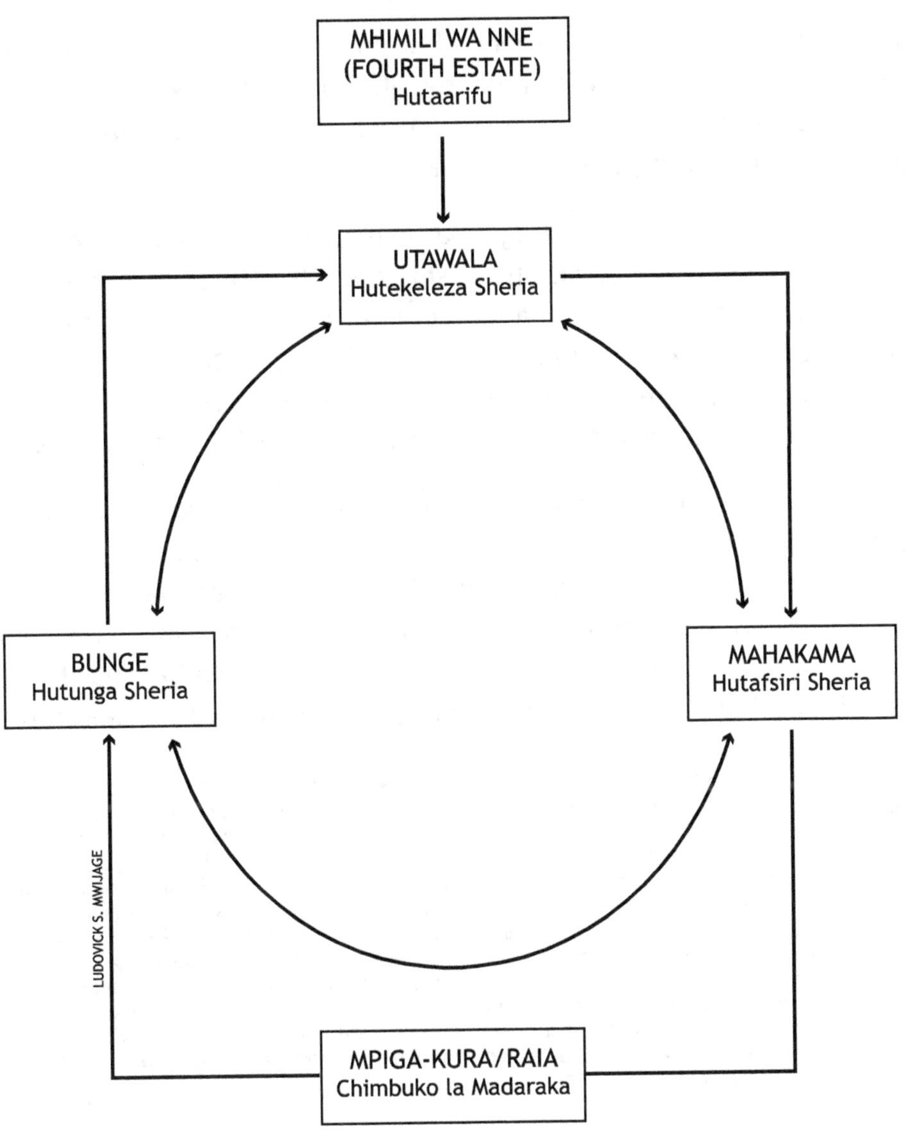

Mfumo wa Taifa 1961-1962

MGAWANYO WA MADARAKA KATI YA MIHIMILI
MIKUU MITATU 1961/1962
[Tanzania: MFUMO WA TAIFA/001]

MHIMILI WA NNE
(FOURTH ESTATE)
Hutaarifu

UTAWALA
Hutekeleza Sheria

BUNGE
Hutunga Sheria

MAHAKAMA
Hutafsiri Sheria

MPIGA-KURA/RAIA
Chimbuko la Madaraka

LUDOVICK S. MWIJAGE

huchambua kwa ufasaha habari za kuburudisha na mambo mengine yaihusuyo jamii. Yote haya hufanywa kwa tafakuri jadidi na upembuzi yakini, na siyo propaganda ya kisiasa.

Inafahamika kwamba, propaganda hutumiwa zaidi na nchi za udikteta wa kiitikadi[9] kwa madhumuni ya kulaghai ulimwengu wa nje kwamba kinachoendelea katika nchi hizo siyo ugandamizaji wa wananchi bali jitihada ya kiitikadi yenye lengo la kuboresha maisha ya raia wao.

Kwa upande mwingine, propaganda hulenga kubadili maoni, mawazo, na hata mwenendo wa raia ili waishi kama dikteta anavyotaka. Kuna dhana kwamba, yeyote ambaye hudhibiti kiingiacho akilini mwa mtu mwingine ndiye pia hudhibiti mawazo na fikra za mtu huyo. Kulingana na dhana hii, hakuna sababu ya kuamini kwamba madikteta hudhibiti vyombo vya habari nchini mwao kwa sababu nyingine mbali na hiyo.

Kwa maneno mengine, propaganda kama njia ya mawasiliano ambayo huendeleza ajenda za watawala wa kiimla hutumiwa kuzibadili jamii ziamini, zifikiri, zitende, na ziishi kulingana na itikadi ya mtawala au tabia yake. Tabia ya mtawala hutofautiana na itikadi yake ya kisiasa. Kwa mfano, mtawala akiwa bahili kiasi kwamba huwa hapendi familia yake inywe Coca-Cola kama kuna maji, akilazimu taifa kunakili tabia

---

[9]Udikteta wa kiitikadi tulionao mawazoni ni utawala wa madaraka-binafsi mtawala aliyojipa na kuyahalalisha kwa kubuni itikadi yake. Itikadi hiyo pia huzaa adui wa kufikirika ambaye hugeuka adui wa taifa zima. Raia walio na misimamo mingine hugeuka maadui wa taifa. Serikali huweza kulazimisha "maadui" hao kukiri au kutubu makosa yao hadharani na kisha kupelekwa kwenye kambi maalumu kuelimishwa upya. Wengine hufia huko. Mchakato wa kufunda raia *en masse* katika itikadi ya dikteta hufanywa kwa njia ya mafunzo ya elimu ya siasa. Kwa wakulima vijijini mchakato huo hutekelezwa kupitia programu za elimu ya watu wazima. Katika nchi za udikteta wa kiitikadi propaganda ya kisiasa hufokasi zaidi kwenye harakati za kitabaka na mapambano dhidi ya ubeberu. Mataifa ya Dunia ya Kwanza (yaliyoendelea) kwa kawaida ndiyo hudaiwa kuwa adui wa udikteta wa kiitikadi. Kwa sababu tutakazojadili baadaye kwenye simulizi hii, udikteta unaojistaili hivi haufungamanishi uchumi wake na uchumi wa mataifa yaliyoendelea—ingawa, kama tutakavyotafakari baadaye, huishi kwa kutegemea mikopo na misaada ya kifedha kutoka mataifa hayo yaliyoendelea.

MISINGI THABITI YA UHURU
WA KIDEMOKRASIA

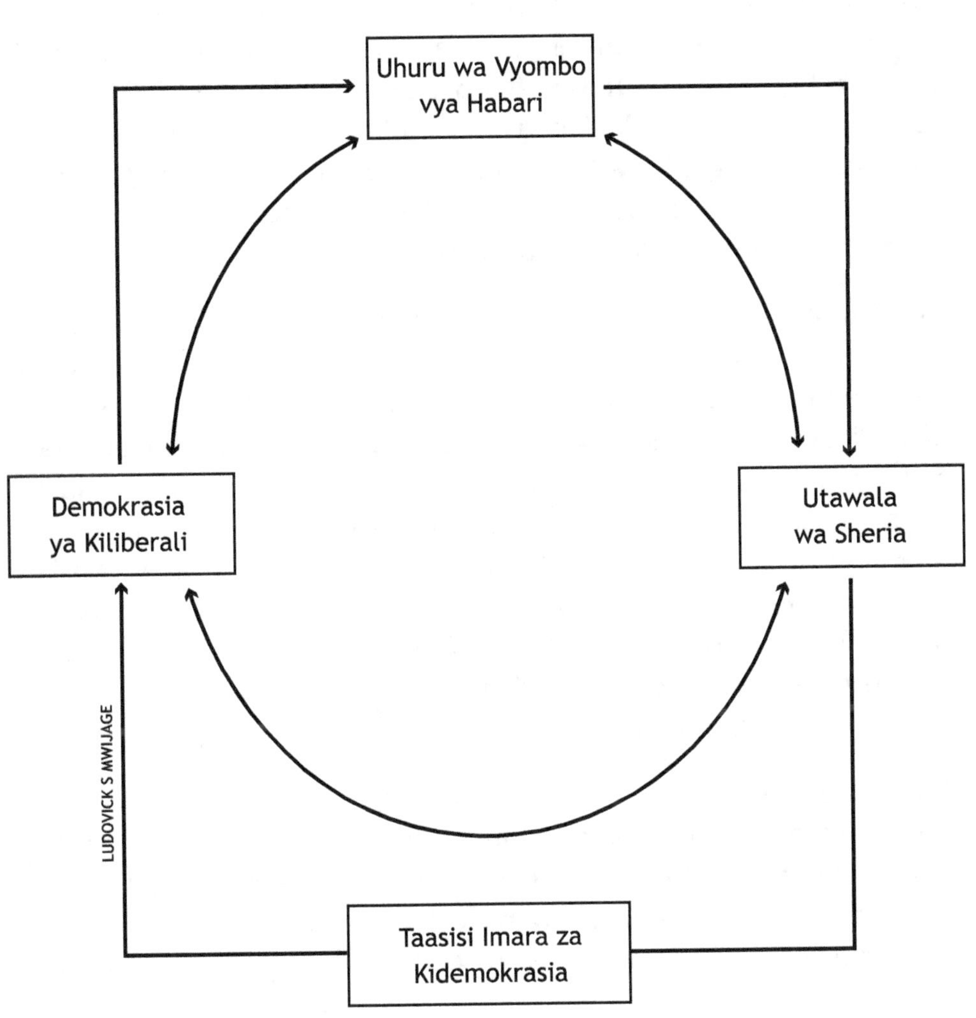

hiyo huwa analazimisha wananchi nchini mwake waishi kulingana na tabia yake. Kwa bahati mbaya, kulingana na mfumo ambao hujengwa na mtawala mwenyewe, tabia kama hiyo ni rahisi kugeuzwa "falsafa ya taifa".

Lakini falsafa ni dhana, kama siyo msimamo; dhana ambayo mtawala huweza kuitumia kama mwongozo wa mwenendo wake. Aidha, chini ya udikteta, tabia ya mtawala iliyogeuzwa "falsafa ya taifa" huweza kutumiwa na mtawala kudhibiti raia nchini mwake *ad libitum*. Yote haya hayafanyi falsafa ya taifa; au, kwa maana hiyo, itikadi ya kisiasa mtawala aliyobuni kuwa mfumo wa kisiasa unaokidhi viwango vya kimataifa vya utawala wa sheria tunavyojadili.

Na ni katika mazingira hayo ya kiimla ambayo watawala pia hutumia kulazimisha ukubalikaji wa itikadi zao; itikadi ambazo huwawezesha kutawala raia wao kwa kujiweka nje ya taifa la kisheria—kama ilivyo chini ya utawala-msonge. Na ni kwa namna hii pia kwamba madikteta hugeuza falsafa na itikadi zao kuwa dhana za kiutamaduni na kijamii nchini mwao. Na hufanya hivi siyo kwa kutumia ushawishi wa kisiasa au nguvu ya hoja, bali kwa kutumia madaraka ya kidikteta waliyojipa pamoja na matumizi ya propaganda mashini za mataifa yao. Chukua mfano wa jamhuri ya kidemokrasia ya watu wa Korea (DPRK)—Korea Kaskazini—kati ya mataifa mengine ya udikteta wa kiitikadi tutakayo-jadili baadaye kwenye simulizi hii.

Huko, propaganda mashini ya taifa hilo ilifanikiwa kujenga taswira ya familia ya akina Kim[10] kana kwamba ilitokana na Nguvu zisizooneka ambazo hudaiwa kuipa familia hiyo uwezo wa kutawala taifa hilo kwa zaidi ya miongo sita sasa. Mwananchi hutegemewa kukubali madai hayo bila kuhoji msingi ama uhalali wake; kama ambavyo pia hutege-

---

[10]Kwa tafakuri ya kina jinsi nasaba hiyo ilivyomudu kudhibiti nchi hiyo, tazama video: How the Kim Dynasty Took Over North Korea I History [Tanzania: MFUMO WA TAIFA/007].

mewa kukubali itikadi ya taifa hilo, *Juche*[11] ("kujitegemea"), ingawa bila kuwa na haki ya kupima mwenyewe uwezo wa itikadi hiyo katika kuboresha maisha yake.

Aidha, propaganda hiyo pia hutumiwa kwenye vitabu vya kufundishia kutoka elimu ya mwanzo mpaka chuo kikuu. Nchini Korea Kaskazini "unafundwa tangu ukianza kuongea", inasema nukuu ya ripoti ya kina ya Umoja wa Mataifa[12] juu ya haki za raia nchini humo kukiukwa.

Na mazingira ya kufundwa ni mapana sana. Mathalani, kila kukicha nchini humo vyombo vya habari, michezo, sinema, na shughuli zote za kielimu na kiutamaduni vyote hueneza propaganda hiyo. Mitandao ya kijamii na dini pia hudhibitiwa na serikali. Raia huweza kupewa adhabu ya kifo hata kwa mambo madogo, kama, mathalani, kusikiliza programu za redio za mataifa ya nje[13]. Kwa namna hii, serikali nchini Korea Kaskazini hudhibiti kila taarifa ambayo humfikia mwananchi. Raia wadhaniwao kutoupenda utawala wa taifa hilo huteseka kizazi baada kingine chini ya sera ya *Songbun*.

Songbun ni nadharia ya kisiasa, ambayo, sambamba na Kanuni Kumi[14] za kurasimisha mfumo wa itikadi moja, i.e. "Ten Principles for the Establishment of the One-Idelogy System", hutawala kila sehemu ya maisha ya raia wa Korea Kaskazini. Ni mfumo ulioimarisha madaraka

---

[11]Tazama: [Tanzania: MFUMO WA TAIFA/004].

[12]A/HRC/25/CPR.1

[13]North Korean fishing boat captain publicly executed for listening to banned foreign radio: report by John Bowden, The Hill, 12/21/20 [EAGLE/001].

[14]Kwa kifupi: kuunganisha jamii kwa itikadi ya kimapinduzi ya Kim Il-Sung (muasisi wa nchi hiyo); kumheshimu; ndiye mwenye mamlaka peke yake; itikadi yake ni imani ya raia na maagizo yake ni kanuni yao; kutii na kutekeleza maagizo yake ni lazima; raia sharti waimarishe itikadi ya chama na umoja wa kimapinduzi; raia lazima wajifunze kutoka kwa kiongozi wao na wazingatie ukomunisti kama njia ya kimapinduzi ya kutekeleza matakwa ya wananchi; wananchi waonyeshe shukrani yao kwa maisha waliyopewa na kiongozi wao kwa kuongeza mwamko wa kisiasa na ustadi; sharti ziwepo kanuni imara zinazoweka utaratibu ili chama, taifa, na jeshi viwe chini ya kiongozi mkuu. Vipengele 65 vinafafanua mchakato wa kujenga mfumo wa itikadi hiyo. Vikao vya raia kujilaumu na kujikosoa kiitikadi hufanyika mara kwa mara: [EAGLE/002].

ya upendelevu nchini humo kwa kuwatenga raia katika tabaka tatu. Tabaka la wateule wachache lililokaribu na familia ya akina Kim na ambalo hujulikana kama Kiini (i.e. Core) ndilo lenye *Songubun* ya juu ambayo hulipa fursa ya marupurupu ya kila namna ambayo hupatikana nchini humo. Kundi hili linajumuisha wapiganaji au ndugu zao waliokufa wakipigania upande wa Korea Kaskazini; wafuasi wa itikadi ya nchi hiyo walio na taaluma; wakulima au vizazi vyao. Raia ambao hudhaniwa Kuyumba (Wavering); na wengine ambao huwekwa kwenye tabaka la wanaoichukia serikali (Hostile) *Songbun* yao ni ya chini.

Kwa sababu hiyo, kundi la wananchi wakadiriwao Kuyumba hupelekwa vijijini kufanya kazi za sulubu na bila huduma za kijamii zinazostahili. Siyo hilo tu bali licha ya kukadiria utiifu wao kwa serikali, raia walio katika tabaka hili *Songbun* yao ilizingatia kama waliwahi kutembelea nchi za jirani kama Korea Kusini au China, kwa mfano; au kama wanajamaa wanaoishi nchi za nje. Mambo haya, sharti isisitizwe, ndiyo hushusha *Songbun* ya raia ambao huwekwa katika kundi hili.

Raia ambao huwekwa katika kundi la tatu hali yao ni ngumu zaidi kwa sababu, licha ya kutathmini utiifu wao kwa serikali, *Songbun* yao pia hutilia maanani historia ya kijamii na kiuchumi ya familia zao kuanzia utawala wa Kijapani (1910—1945) mpaka Vita vya Korea (1950—1953). Kama memba wa familia ya raia aliyechini ya makadirio ya *Songbun* alikuwa wa tabaka la juu (au mtumishi wa umma) enzi za utawala wa Kijapani; au memba wa familia yake alikuwa upande wa Korea Kusini wakati wa vita-tajwa, basi huyo huchukuliwa kuwa baadaye huenda akawa tishio kwa serikali. Kutokana na tathmini ya namna hiyo, mtu na vizazi vyake hupata wakati mgumu—pengine hata kufungwa[15].

Kwa maneno mengine, mfumo wa madaraka ya upendelevu wa Korea

---

[15] Kwa tafakuri ya kina rejea tiniwayo ya 12. Tazama pia: SONGBUN I Social Class in a Socialist Paradise, December 17, 2019 [EAGLE/003].

Kaskazini huweza kumpa raia nyumba ya kuishi; elimu na huduma za afya. Lakini ni serikali hiyo pia itakayomwambia raia atakachofikiri na kusema; itakayoamua ataishi wapi; atasomea wapi; atafanya kazi gani au kama ataruhusiwa kujiunga na jeshi au chama cha kikomunisti cha nchi hiyo. Kufikia maamuzi yote hayo serikali hutumia kipimo cha *Songbun* katika muktadha wa tabaka tatu tulizojadili mwanzoni. Na ni kwa njia hii kwamba *Songbun* hutawala kila sehemu ya maisha ya raia wa nchi hiyo—lakini bila raia mwenyewe kuhusishwa katika mchakato unaopanga maisha yake na vizazi vyake vya baadaye.

Na inaonyesha chini ya udikteta wa kiitikadi mfumo wa madaraka ya upendelevu huzingatia utiifu kwa mtawala, na siyo sifa na uwezo wa kiutendaji wa memba wa tabaka-tawala. Kama mfumo huu ungetilia maanani sifa hizi mbili, basi uchumi wa taifa hilo (au uchumi wa nchi zingine za udikteta wa kiitikadi) ungekuwa mzuri zaidi kuliko uchumi wa nchi zenye itikadi mbalimbali na chini ya mifumo ya demokrasia ya kiliberali. Baadaye, tutajadili athari za kipindi kirefu za madaraka ya upendelevu kama mfumo wa serikali. Lakini, kwa sasa, inatosha kusema: ikiwa hoja ya uchumi wa taifa kuwa injini ya kutokomeza umaskini wa kijamii itasimama, basi sharti wanajamii wote wapewe fursa sawa ya kushiriki katika ujenzi wa uchumi wa taifa lao.

Kuna hoja inayosikika mara kwa mara kuhusu mafanikio ya kiuchumi ya China—taifa lenye chama kimoja na itikadi moja. Lakini udikteta wa China ni wa kitaasisi na siyo wa madaraka-binafsi *per se*. Isitoshe, tangu 1978 China ilifungua uchumi wake[16], ingawa bila kuathiri uwezo wa chama cha kikomunisti kuangalia sekta za kiuchumi kutoka ulingo wa kati na wakati huo pia kikijikinga dhidi ya macho ya raia[17].

---

[16]Tazama: China Overview: Development news, research, data—World Bank
[17]Tazama ukurasa wa 17, The Party: The Secret World of China's Communist Rulers, Richard McGregor, Penguin Books Ltd, 2012, 80 Strand, London WC2R ORL, England.

Na hakuna ushahidi unaoonyesha kwamba China isingepata mafanikio ya kiuchumi iliyoyapata chini ya udikteta kama badala yake ingekuwa chini ya mfumo wa demokrasia ya kiliberali.

Kwa vyovyote vile, hali na upeo wa propaganda katika taifa la Korea Kaskazini vilidhihirika hasa siku ya kuagwa mwili wa "Dear Leader" (Kiongozi Mpendwa), Kim Jong-il, 69, kufuatia kupita kwake Desemba 17, 2011. Kuwa na hakika, wananchi walijitokeza kwa wingi mbele ya vyombo vya habari. Kisha, katika hali iliyoshabihia igizo la tamthiliya, walirusha mikono hewani na kupiga mayowe mithili ya watoto wadogo walioachwa chekechea bila uangalizi wa mtu mzima. Licha ya jitihada ya kuaga mwili wa mtawala wao kwa staili ya kipekee, bado maelfu ya wananchi walikabiliwa uwezekano wa kupelekwa kambi za kazi za sulubu kwa madai ya kutolia ipasavyo[18]. Ilikuwa kana kwamba raia wa taifa hilo walikuwa mali binafsi ya familia ya akina Kim!

Na katika video nyingine ya propaganda[19], wimbo unasimulia kwamba siku Kim Jong-il alipozaliwa mawingu yalifunguka akashuka moja kwa moja kutoka mbinguni[20]. Propaganda hiyo inaendelea kudai kwamba, wakati wa ujio huo dhoruba ya theluji ya kupindukia ilitokea; dhoruba ambayo ilidaiwa kutokea wakati wote mtawala huyo alipopaza sauti yake. Kufuatia kifo chake chama pekee cha kikomunisti cha nchi hiyo, i.e. Korean Workers' Party, kilitangaza Kim Jong-il kuwa Kiongozi wa Milele[21], i.e. Eternal Leader: utu-ibada unaokaribia wa baba yake?!

"Great Leader" (Kiongozi Adhimu) Kim Il-sung, 82, aliyefariki Julai 8, 1994, alikuwa muasisi wa taifa hilo tuliyezungumzia awali (tanbihi ya

---

[18]Punished for not Crying: Thousands of North Koreans face labour camps for not being upset enough about death of Kim Jong-il, *Daily Mail*, Updated: 11:52 BST, 13 January 2012 [Tanzania: MFUMO WA TAIFA/006].
[19]Tazama video: Kim Jong-Il propaganda—The Dear Leader. [Tanzania: MFUMO WA TAIFA/005].
[20]Kim Jong-il alizaliwa Siberia, Urusi: Kim Jong-il I Biography & Facts I Britannica.
[21]Rejea tiniwayo ya 18.

10,11,12,14&15). Alitawala kwa takribani miongo minne chini ya sera za kisiasa tulizojadili. Karibu kila kitu nchini mwake huitwa baada ya jina lake. Licha ya hayo, baada ya kifo chake aliinuliwa kuwa Rais wa Milele (Eternal President). Sanamu yake (na ya mwanae) iliyosimikwa katikati ya mji mkuu, Pyongyang, husujudiwa na watu wa taifa hilo mithili ya mungu-mtu anayeishi miongoni mwao licha ya kuwa hayati.

Kwa vyovyote vile, tukizungumza kiujumla, propaganda kama njia ya kumfunda binadamu hubeba hatari ya kuathiri maendeleo ya ubongo wa binadamu anayefundwa. Kwa maana, propaganda siyo elimu wala maarifa bali, kama tulivyojadili tangu mwanzo, taarifa-potovu yenye lengo la kunadi upande mmoja wa jambo. Moja ya misingi ya maarifa na elimu ni uchambuzi wa fikra na maoni mbalimbali. Kwa namna hii, mchambuzi hupanua uwezo wa kufikiri kirazini. Vinginevyo, uhuru wa kufikiri na kuwaza hujenga uwezo wa binadamu kujiamini kwa kuwa ni yeye mwenyewe anayetawala fikra na mawazo yake bila kuambiwa na mtu mwingine namna ya kufikiri. Na ni chini ya mazingira haya pia kwamba jamii za kidemokrasia huthamini mseto wa fikra na mawazo jambo ambalo huwezesha uhuru wa umma kuimarika. Kuimarika kwa uhuru wa umma ni kuimarika pia kwa jamii ya kiraia.

Lakini kama tulivyotafakari awali, udikteta wa kiitikadi hugandamiza uhuru huo. Badala yake, hukweza dhana ya kuona dunia daima kupitia miwani ya jicho moja (rodi) ya itikadi mtawala aliyobuni.

Kwa hiyo, propaganda huprogramu mfundwa kurudia kama kasuku kila alichokariri kutoka kwa nguvu zilizomfunda. Siyo hilo tu, bali mataifa ya udikteta wa kiitikadi hutumia propaganda katika mitaala ya elimu ili kudhibiti mawazo ya kizazi kipya. Kama tulivyotafakari mapema, katika hatua hii, itikadi mtawala aliyobuni huwa msingi wa ujenzi wa taifa la kiitikadi. Na ni katika mchakato wa ujenzi wa taifa la kiitikadi kwamba itikadi hiyo pia hugeuzwa dhana ya kiutamaduni na kijamii

Kama kielelezo hiki kinavyoonyesha, sanamu za watawala kutoka familia ya akina Kim ambayo hutawala Korea Kaskazini husujudiwa na raia mithili ya mungu-watu waishio miongoni mwa raia wao licha ya kuwa hayati.
[Tanzania: MFUMO WA TAIFA/004; 005; 006; 007]

ya taifa-husika. Mambo yote haya hufanywa kwa njia tulizotafakari na pia kwa kutumia mashirika ya polisi wa kisiasa mtawala aliyounda[22].

Mapema tumejadili kuwa chini ya demokrasia ya kiliberali uongozi wa taifa kamwe hauwi onyesho la mtu mmoja (rejea michoro ukurasa wa 15,19&21). Lakini kama mfano wa Korea Kaskazini unavyodhihirisha, utawala wa madaraka-binafsi-*cum*-uimla wa kiitikadi hukweza dhana ya kiongozi adhimu ambaye jina lake hugeuzwa utambulisho wa raia na taifa kwa ujumla. Itikadi yake, pamoja na kuwa chanzo cha haki za raia kukiukwa na kukiukwa kwa tamaduni za kidemokrasia na kaida za uongozi wa kitaasisi hutukuzwa mithali ya dini. Myenge huzungushwa mitaani nchi nzima kuisherekea. Michezo ya halaiki na magwaride ya chipukizi huchezwa kwa staili yake, ingawa uhusiano wa mambo haya na itikadi mtawala anayodai kujenga kwa ajili ya maendeleo ya watu bila kudhihirika kwa watu wanaolengwa. Maandalizi ya shughuli hizi, ambayo huchukua muda, huongezwa pia kwenye ratiba za shule zote nchini. Itikadi ya mtawala hufundishwa mithili ya elimu na maarifa: namna fulani hivi ya uzingatiaji wa dhana ya samaki kukunjwa yungali mbichi—hasa tukitilia maanani matumizi ya propaganda ya kiitikadi katika mitaala ya elimu.

Kwa hiyo tukiweka yote hayo katika muktadha wake sahihi tunabaini kuwa, elimu ambayo hutolewa chini ya udikteta wa kiitikadi hulenga kuimarisha *status quo*—yaani kuimarisha mazingira-gandamizi. Jambo hili pia linaweza kueleza kwa nini wakati mwingine dikteta akiondoka kwenye mandhari ya kisiasa, mazingira-gandamizi aliyojenga hubaki.

---

[22]Udikteta wa kiitikadi hulazimisha utii wa madaraka uliyojipa kwa gharama ya uhuru binafsi wa raia. Udikteta huu, ambao pia tunauita utawala wa madaraka-binafsi (au utawala wa madaraka ya upendelevu), hutumia polisi wa siri (secret police), ambao pia hufahamika kama polisi wa kisiasa (political police), kulazimisha utii huo. Kama tulivyojadili mapema, udikteta wa namna hii hujenga utamaduni wa hofu; hutumia nguvu dhidi ya wananchi wake; hukuza utu-ibada wa mtawala kwa njia ya uongo wa kutunga; hudhibiti tabaka-elimiki; hutumia propaganda na mbinu ya karoti na mkongojo kujiimarisha. Aidha, udikteta wa namna hii huteua watu kushika nyadhifa mbalimbali katika taifa na kuwapa marupurupu ya kila namna ili waulinde.

Kwa nini hali hii hutokea ni jambo tutakalotafakari kwa kina mbeleni. Lakini, kwa sasa, inatosha kusema kuwa udikteta wa kiitikadi huhitaji adui wa jumla kwa lengo la kuelekeza macho ya taifa kwingine badala ya wananchi kufokasi kwenye matatizo ya ndani. Kutokana na hali hii, mapambano dhidi ya "adui wa taifa" (wa kufikirika) hugeuzwa wajibu wa kizalendo wenye lengo la kurejeshea taifa na raia wake hadhi yao. Propaganda ya kiitikadi ikichukua sura ya namna hii hubeba hatari ya kuwa na madhara nje ya mipaka ya taifa. Kama tulivyojadili mapema binadamu aliyefundwa kiitikadi, hushikilia, bila kufikiri zaidi, kila kitu aambiwacho na nguvu ambazo hudhibiti mfumo wake wa kufikiri.

Bradley K Martin, mwandishi wa habari wa kimataifa, anasema kuwa, Pyongyang baada ya kushuhudia dikteta wa Romania Nicolae na mke wake Elena Ceauşescu walivyouawa kwa kupigwa risasi nchini humo, Desemba 1989 (kufuatia mapinduzi ya umma yaliyoangusha mfumo wa kikomunisti wa nchi hiyo), ilirejea mbinu yake ya kuelekeza fokasi ya raia kwingineko kwa kuibua suala la kuunganisha rasi ya Kikorea chini ya daulati ya familia ya akina Kim. Kulingana na Martin, kunako Machi 1993 wananchi wapatao milioni 1.5 nchini humo walijitolea kujiunga na jeshi la nchi hiyo kwa lengo la kutekeleza azma ya mtawala wao. Siyo hilo tu, bali wananchi hao pia walisaini viapo vyao kwa damu na kumhakikishia mtawala wao kwamba walikuwa tayari kufa wakipigana "vita vitukufu" vya kuunganisha Korea Kusini na nchi yao[23].

Pyongyang inafahamika kujihusisha na mwenendo wa kigaidi dhidi ya mataifa mengine[24]. Lakini wingi wa raia waliojitolea kujiunga na jeshi la nchi hiyo; madhumuni ya kufanya hivyo, na jinsi walivyokula viapo vyao vyote vilidhihirisha mnato wa kipekee kati ya watu waliofundwa na nguvu zilizowafunda. Madhara ya kudhibiti akili ya binadamu kiasi

---

[23]Ukurasa wa 492, Under the Loving Care of the Fatherly Leader, Bradley K. Martin, Thomas Dunne Books, 2006, St. Martin's Press, 175 Fifth Avenue, New York, 10010 USA.
[24]Rejea tiniwayo ya 12.

hiki ni dhahiri bila kuhitaji mkazo zaidi. Vinginevyo, katika hali halisi, na ya kuogofya, udikteta huzaa ubarakala; ubarakala ambao hugeuza watu waadilifu na werevu kuwa watu wa kujipendekeza na kujikomba mambo ambayo mwishoni huathiri kipaji chao cha kufikiri kirazini.

Kwa vyovyote vile, yote tuliyotafakari juu ya uimla wa kiitikadi nchini Korea Kaskazini yalitanguliwa na Mhimili wa Nne, i.e. Fourth Estate, kugeuzwa propaganda mashini ya ujenzi wa itikadi ya mtawala—sahau kwa muda madhara ya *Songbun* kama mfumo wa kisiasa na kijamii, na hofu ya kupindukia iliyotaasisiwa na serikali ya taifa hilo. Lakini hiyo ndiyo hali halisi ya propaganda katika nchi za uimla wa kiitikadi kama jamhuri ya kidemokrasia ya watu wa Korea; jamhuri ya kidemokrasia lakini yenye mfumo unaolandana ufalme wa kikomunisti; au, tuseme, ukomunisti wa daulati ya familia ya akina Kim.

Lakini katika Tanganyika ya demokrasia ya kiliberali (1961/2), Mhimili wa Nne (Fourth Estate) haukuwa chini ya udhibiti wa serikali—achilia mbali kuwa propaganda mashini ya mtawala. Kinyume chake, mhimili huu ulikuwa huru kulingana na kanuni za kidemokrasia tulizojadili[25].

Kwa maneno mengine, Mhimili wa Nne (Fourth Estate) ulikuwa chanzo cha raia kupata habari ya kuaminika; serikali kufahamu kero za wananchi ili zipatiwe ufumbuzi; wanasiasa kutambua mambo muhimu ya kujadili; jamii kuelimika na kuburudika, kati ya mambo mengine. Na mambo haya yalikuwa sehemu ya vijenzi vya maisha ya kistaarabu Mtanganyika aliyothamini—kama alivyothamini hadhi na utukufu wa nafsi ya binadamu wenzake. Isitoshe, Mhimili wa Nne (Fourth Estate) pia ulikuwa darubini ya umma iliyohakikisha viongozi wa kuchaguliwa (wanasiasa) walitimiza ahadi zao kwa mpiga-kura na kulinda viapo vya ofisi zao. Kama wangepuuza au kuzembea kufanya hivyo, wangeweza

---

[25]Rejea tiniwayo ya 8.

kupata misukosuko ya kila namna—pengine hata kuchukuliwa hatua za kisheria. Tuchukue mifano ifuatayo, kati ya mifano mingine msomaji anayoweza kukumbuka.

Ijumaa, Agosti 9, 1974, Rais Richard M Nixon wa Amerika alilazimika kujiuzuru kutokana na kashifa ya Watergate. Watu kadhaa wakiwemo maofisa wa umma waliburutwa mahakamani. Baadhi yao walipatikana na hatia na kutumikia adhabu ya kifungo. Nixon mwenyewe aliponea chupuchupu kutokana na Rais Gerald Ford, aliyemrithi, kumsamehe[26]. Kufichuka kwa kashifa hiyo[27] kulifuatia uchunguzi wa Bob Woodward wa gazeti la *The Washington Post* pamoja na mwanahabari mwenzake Carl Bernstein.

Na huko nchini Costa Rica, uchunguzi mwingine wa Mhimili wa Nne (Fourth Estate) uliondeshwa na Giannina Segnini, mkurugenzi wa timu ya uchunguzi wa Gazeti la *La Nación*, pamoja na mwandishi wa habari mwenzake Ernesto Rivera, ulimpeleka Rais wa zamani, Rafael Ángel Calderón, gerezani. Calderón, madarakani 1990-1994, alipatikana na hatia ya kupokea malipo yasiyohalali baada ya serikali yake kuingia mkataba wa kupata vifaa vya tiba kutoka nchini Finland. Mahakama nchini Costa Rica ilihukumu Calderón afungwe jela miaka mitano[28]; ingawa, baadaye, adhabu hiyo ilipunguzwa kuwa miaka mitatu[29].

Kama mifano hii miwili inavyoonyesha, katika jamii za kidemokrasia, viongozi wa kisiasa huweza kukumbwa na misukosuko ya namna hiyo wakishindwa kulinda viapo vya ofisi zao na/au wakitumia madaraka isivyohalali. Hofu ya kupata misukosuko kama hiyo, na/au uzingatiaji wa "makubaliano ya kiungwana" tuliyozungumzia mapema vililazimu

---

[26]Tazama: Proclamation 4311-Granting Pardon to Richard Nixon.
[27]Tazama: Watergate Scandal I Summary, History, Timeline, Deep Throat—Britannica.
[28]Americas I Jail term for ex-Costa Rican head—BBC News Home.
[29]First Costa Rican president ever convicted on corruption charges gets sentence reduced and threatens to take case to human rights court. Tazama pia: Secrets of the masters Archives—ICIJ.

THE WHITE HOUSE

WASHINGTON

August 9, 1974

Dear Mr. Secretary:

I hereby resign the Office of President of the United States.

Sincerely,

The Honorable Henry A. Kissinger
The Secretary of State
Washington, D. C. 20520

Ijumaa, Agosti 9,1974: Rais Richard M Nixon wa Amerika (chini kulia) alazimika kujiuzuru baada ya Mhimili wa Nne kuonyesha kuwa alitumia madaraka ya kisiasa isivyohalali.
[Tanzania: MFUMO WA TAIFA/008]

viongozi wa kisiasa nchini Tanganyika kuzingatia utawala wa sheria: asante, mara nyingine, kwa Mhimili wa Nne (Fourth Estate) ambao ulimtaarifu mwananchi kitu gani kilikuwa kikiendelea kwenye korido za madaraka. Na kama tulivyojadili awali (kielelezo ukurasa wa 19), mhimili huu huwa nje kabisa ya mzingo wa mihimili mitatu, ambayo, licha ya kutoingiliwa kiholela na Utawala, hutegemeana kwa namna fulani kwa kuwa yote ni sehemu ya mashini ya serikali yenyewe.

Kwa hiyo, mamlaka ya hakimiya (sovereign authority) yalisambazwa kwa ulinganifu baina ya mihimili tuliyotaja ili kuzuia mhimili mmoja kutojilimbikizia madaraka kuliko mwingine. Na ilikuwa mihimili hii, na uhuru wake, ambayo kwa pamoja ilifanya uhuru wa kidemokrasia uwezekane kwa miaka miwili baada ya Tanganyika kujitawala 1961.

Uhuru wa mihimili tunaouzungumzia ni mihimili kutoingiliwa kiholela na Utawala. Isitoshe, kama Waziri Mkuu angejihusisha na mwenendo wa kihalifu Bunge lingejadili mwenendo huo pengine hata kumuondoa madarakani kwa njia ya kura ya kutokuwa na imani naye. Katika jamii za kidemokrasia viongozi wa kisiasa huweza kukingwa na katiba kwa mambo watendayo kwa nia njema. Lakini hawawi na kinga kama hiyo wakijihusisha na mwenendo wa kihalifu au wakitumia madaraka kwa manufaa yao[30]. Misamaha ya kisiasa au kamisheni za maridhiano ya kitaifa hufanywa kwa manufaa ya taifa lakini siyo kuhami viongozi au mawakala wa serikali waliotenda uhalifu dhidi ya hadhi ya mwili wa binadamu, au uhalifu-ovu wa aina nyingine wenye uzito kama huo[31]. Ikumbukwe kwamba, maridhiano ya kitaifa yenye maana huhusisha pia uwajibikaji kama, mathalani, kesi ya Charles Taylor wa Liberia

---

[30]Former South Korean President Park Geun-hye has been sentenced to 24 years in prison. In a nationally televised verdict, Park was convicted of bribery, extortion, abuse of power and other charges. TIME, April 6, 2018: [Tanzania: MFUMO WA TAIFA/009].
[31]'Chad's victims' joy after ex-ruler Habre jailed for life. BBC's Maud Jullien talks to some of his victims. 30 May 2016 I BBC News I Africa [Tanzania: MFUMO WA TAIFA/010].

Leidschendam, Udachi, Aprili, 26, 2012: Bwanyenye wa vita Charles Taylor (katika pingu) apatikana na hatia ya mashtaka yote 11 kama yalivyoorodheshwa ukurasa wa 62/63, Julius K Nyerere: Servant of God or Untarnished Tyrant? (2017).
Mei 30, apewa adhabu ya kifungo cha miaka 50 jela. Akata rufaa. Septemba 26,2013, rufaa yake yakataliwa. Oktoba 15, Taylor akabidhiwa kwa mamlaka ya Kiingereza, ambapo, kwa mujibu wa sheria ya taifa hilo, *id est* International Tribunals (Sierra Leone) Act 2007, aanza kutumikia adhabu yake.
Madaraka na uwajibikaji ni sehemu mbili za sarafu moja.
[Tanzania: MFUMO WA TAIFA/036]

Seoul, Korea Kusini, Machi 31, 2017: Rais Park Geun-hye (pichani) atiwa nguvuni kwa tuhuma za rushwa na matumizi ya madaraka yasiyohalali. Akabiliwa mashtaka 18 ya matumizi ya kijinai ya madaraka ya kisiasa. Aprili 6, 2018, ahukumiwa miaka 24 jela na faini inayolingana na dola milioni 17 za Kimarekani. Desemba 24, 2021, Rais Moon Jae-in amsamehe. Katika jamii za kidemokrasia viongozi wakuu wa kisiasa huweza kuchukuliwa hatua za kisheria za namna hii wakitumia madaraka ya umma ya kiserikali kihalifu.
[Tanzania: MFUMO WA TAIFA/009]

inavyodhihirisha. Kwa vyovyote vile, demokrasia yetu ya wakati huo haikuhusu mfumo wa serikali peke yake, bali pia ilihusu vikundi vya kijamii, kama, mathalani: vyama vya kisiasa; vyama vya wataalamu; vyama vya wafanyakazi; vyama vya ushirika na vikundi mbalimbali vya kijamii vilivyowakilisha masilahi ya namna fulani. Walikuwepo Watanganyika waliozungumzia demokrasia ya kisiasa, wakati wengine walizungumzia demokrasia ya kiuchumi; kwa hiyo, ilitegemea upande upi wa mwisho wa fimbo mjenga-hoja alishikilia.

Isitoshe, demokrasia hiyo pia ililinda haki-asili[32] na utukufu wa nafsi ya binadamu. Kama mdhamini wa uhuru wa mwanadamu, demokrasia hupashwa kuwa sehemu ya utamaduni wake—kiungamwana cha jamii ya kistaarabu. Kwani, imani katika demokrasia kama mlinzi wa uhuru wa binadamu huigeuza mtazamo wa akili ya binadamu mwenyewe. Na ni mtazamo huo ulioimarika miongoni mwa wanajamii ambao hufanya demokrasia ifuke na kuwa sehemu muhimu ya utamaduni wa jamii ya kistaarabu. Mfuko wa ndani ya nafsi ya wanajamii kama huu hutokea bila shinikizo la nje kwa sababu ni mtazamo wa akili ambao hulazimu wanajamii watake kujihami dhidi ya uwezekano wa uhuru, hadhi, na utukufu wa nafsi yao kutishiwa na nguvu-ovu—lakini kwa njia hiyo pia wakiimarisha vijenzi vya maisha ya kistaarabu ya jamii yao.

Jambo hili pia linaeleza uwiano uliopo kati ya haki-asili, i.e. natural rights, na uhuru wa kidemokrasia tunaouongelea. Kwani, ingawa haki-asili huenda sambamba na haki zitokanazo na mamlaka ya binadamu kama, haki: za kikatiba; zitokanazo na sheria ya Bunge; zitokanazo na sheria iliyopokelewa na namna ya kawaida ya kufanya mambo kwenye jamii, i.e. sheria ya kawaida (common law); huweza kuwa kipimo cha

---

[32]Haki-asili ni dhana ambayo hushikilia kwamba binadamu huja duniani na haki kadhaa ambazo hazipashwi kuchanguliwa na mamlaka ya binadamu. Inachukuliwa kwamba haki-asili hutokana na sheria-asili (natural law) ambayo pia hutokana na asili (nature) badala ya kanuni za kijamii. Tazama: Natural Law | Definition, Theory & Ethics, Examples & Facts—Britannica.

Dakar, Senegal, Juni 30, 2013: Rais wa zamani wa Chad, Hissène Habré (aliyeinua mkono), akamatwa kufuatia shinikizo la jamii ya kimataifa. Mei 30, 2016, Habré apatikana na hatia ya kubaka, utumwa wa ngono, na mauaji ya watu 40,000 wakati wa utawala wake (1982—1990). Ahukumiwa kifungo cha maisha jela na mahakama ya umoja wa nchi za Kiafrika, i.e. Extraordinary African Chambers. Aprili 27, 2017, mahakama ya rufaa yathibitisha hukumu na hatia yake kasoro tu kosa la kubaka kutokana na sababu za kiutaratibu. Aamriwa kuwalipa fidia waathirika wake. Agosti 24, 2021, Habré, ambaye pia alifahamika kama "Pinochet wa Afrika", afariki kwa maradhi ya COVID-19.

[TANZANIA: MFUMO WA TAIFA/010; 037]

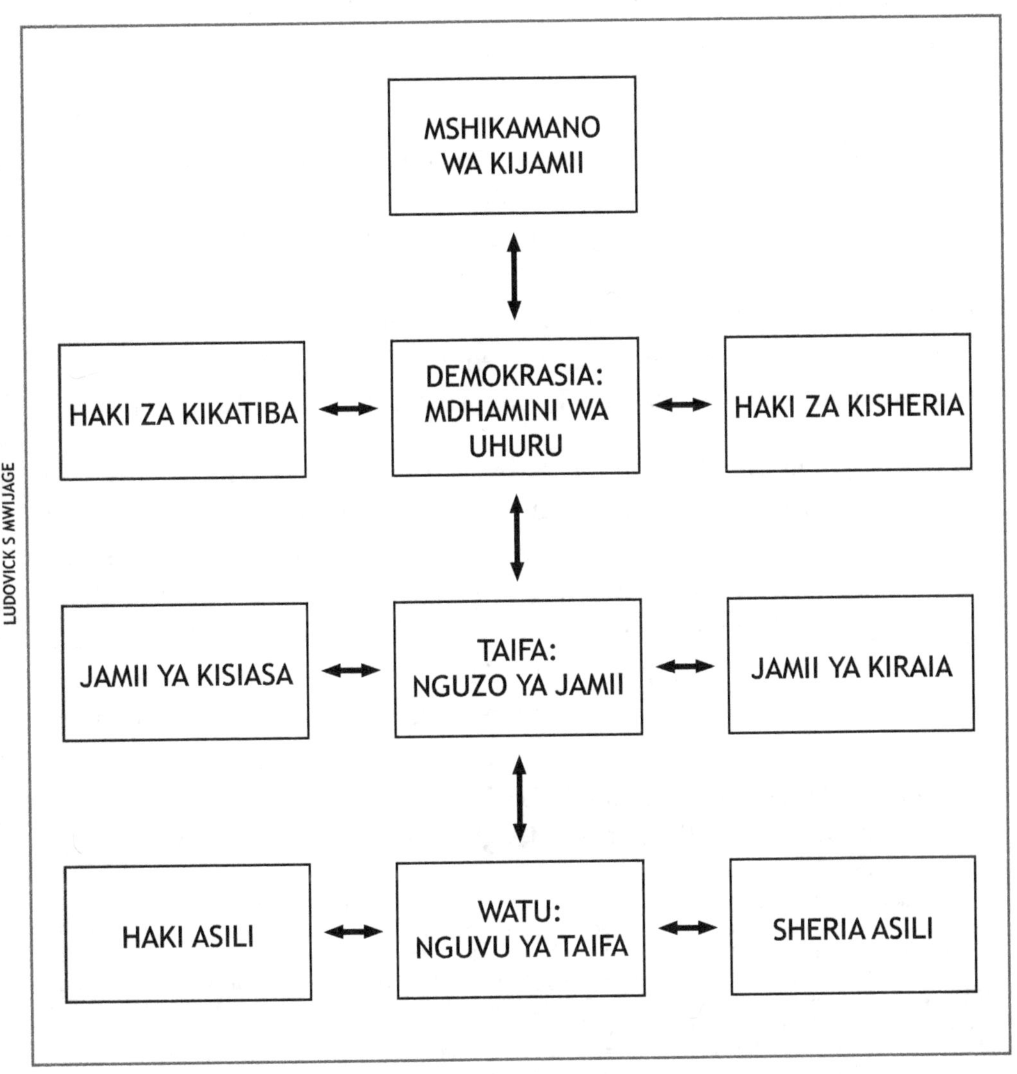
MSHIKAMANO WA KIJAMII
HAKI ZA KIKATIBA
DEMOKRASIA: MDHAMINI WA UHURU
HAKI ZA KISHERIA
JAMII YA KISIASA
TAIFA: NGUZO YA JAMII
JAMII YA KIRAIA
HAKI ASILI
WATU: NGUVU YA TAIFA
SHERIA ASILI
LUDOVICK S MWIJAGE

ustaarabu wa jamii. Kwa sababu hiyo, jamii ya binadamu isiyotambua umuhimu wa haki-asili *vis-à-vis* utukufu wa nafsi ya binadamu, ustaarabu wa jamii hiyo huwa suala la mjadala.

Bila shaka jamii ya waelimishaji itakuwa na tafsiri pana ya ustaarabu kwa kutathmini zaidi vigezo vyake. Lakini kwa madhumuni ya simulizi hii, ustaarabu ni mchakato wa kukua uliofikia kilele cha maendeleo ya binadamu mwenyewe na jamii yake. Kwa hiyo, hadhi ya binadamu katika jamii kama hiyo haiwi na kipimo bora nje ya utukufu wenyewe wa nafsi ya mwanadamu. Kwa hiyo, jamii ambayo hujifikiria kwamba imestaarabika hutegemewa kuona demokrasia na misingi ya uhuru wa binadamu katika muktadha wa kanuni tulizotafakari tangu mwanzo.

Lakini jamii ya binadamu ambayo hustahimili watawala, ambao, kwa makusudi kabisa, hukiuka kila kitu ambacho demokrasia hukisimamia; jamii hiyo, licha ya ustaarabu wake, huwa inaserereka gizani kwa kasi sana! Bila shaka msomaji anakumbuka mauaji ya kutisha ya Wayahudi wa Ulaya (*shoah*) yaliyofanywa na utawala wa chama cha NAZI—mara baada ya chama hicho kuingia madarakani nchini Ujerumani 1933. Uovu na mauaji hayo vilitanguliwa na itikadi ya usoshalisti wa kitaifa, i.e. National Socialism, iliyobebwa na Adolf Hitler[33] kama kiongozi wa chama cha NAZI (National Socialist German Workers' Party—NSDAP). Usoshalisti wa kitaifa (Nazism) ulilenga kupanua mipaka ya nchi hiyo;

---

[33]Hitler alikuwa mtawala wa kidhalimu wa kupindukia aliyewahi kuishi. Alizaliwa Aprili 20, 1889, Braunau am Inn, Austria. Alikuwa kiongozi wa chama cha NAZI na kisha Kansela wa Ujerumani, 1933/1945. Aliingia madarakani wakati wa kipindi cha mashaka ya uchumi na kazi. Siasa zake zilisababisha Vita vya Pili vya Dunia. Hitler pia aliua Wayahudi wa Ulaya wapatao milioni sita. Watu wengine wasio na hatia waliuawa pia wakati wa utawala wake. Baada ya kubaini kwamba taifa la NAZI alilopenda kuita Himaya ya Tatu, i.e. Third Reich*, limeshindwa vita, alijiua Aprili 30, 1945, na mke wake Eva Braun (aliyemuoa masaa machache kabla hawajajiua) katika handaki la kudumu (Führerbunker) karibu na makazi ya Kansela mjini Berlin. N.B: *Third Reich, i.e. Himaya ya Tatu, lilikuwa jina rasmi la Ujerumani ya NAZI. Hitler alifikiri himaya yake ya "miaka elfu moja" ingekuwa mchakato-fufuzi wa himaya zilizotangulia. Hizi zinaelezwa kuwa Himaya ya Kwanza, i.e. First Reich (i.e. Himaya Takatifu ya Kirumi, i.e. Holy Roman Empire, 800—1806) na (Himaya ya Kijerumani, i.e. German Empire, 1871—1918): Why Was Nazi Germany Called the Third Reich? By Michael Ray I Britannica. Tazama pia: [Tanzania: MFUMO WA TAIFA/017].

kumiliki njia muhimu za kuzalisha mali na kuanzisha sera ya uzalendo wa kibaguzi[34]. Aidha, ujio wa NAZI madarakani uliangusha Jamhuri ya Weimar[35] iliyoanzishwa baada ya Vita vya Kwanza vya Ulimwengu na iliyokuwa na mfumo wa demokrasia ya kibunge. Jamhuri ya Weimar, i.e. Weimar Republic, lilikuwa jina rasmi la serikali ya Ujerumani kati ya kipindi cha himaya (1918) na ujio wa Ujerumani ya NAZI (1933). Jina lilitokana na kikao kilichopitisha katiba ya serikali hiyo kufanyika Weimar, Thuringia, kutoka Januari 6 mpaka Agosti 11, 1919[36]. Lakini, matukio yaliyofagia njia ya udikteta-ovu kuimarika kwa kasi nchini humo yalianza wiki chache baada ya Hitler kuteuliwa kuwa Kansela na Paul von Hindenburg, Rais wa Jamhuri ya Weimar, Januari 30, 1933.

Kwa kuanza, usiku wa kuamkia Februari 27, 1933, jengo la Bunge la taifa hilo, i.e. *Reichstag*, liliteketezwa na moto katika mazingira ya mashaka[37]. Siku iliyofuata, Februari 28, Kansela Hitler alimshawishi

---

[34]Septemba 15, 1935: NAZI watunga sheria ya uraia wa himaya na sheria ya kuhami damu ya Kijerumani (ya "Aryan"): The Nuremberg Race Laws I Holocaust Encyclopedia [MFUMO/011].
[35]Third Reich I Facts & History—Encyclopedia Bitannica.
[36]Tazama: Weimar Republic I Definition, History, Constitution, Problems—Britannica.
[37]Mashaka yalitokana na mwenendo wa serikali kutumia tukio hilo kuweka wahasimu wa NAZI kizuizini; kuua vyama vingine vya kisiasa; kunyamazisha vyombo vya habari; Serikali ya kati kuangusha serikali za majimbo (*Länder*) ya taifa hilo; na, muhumu zaidi, serikali kutumia moto wa *Reichstag* kujenga udikteta wa NAZI ulioondoa haki za msingi za raia zilizohakikishwa na katiba ya Jamhuri ya Weimar. Kikosi cha ulinzi wa taifa la NAZI kilichofahamika kama SS, i.e. *Schutzstaffel* (Protective Echelon) na ambacho kilijiona kama "askari wa kisiasa", i.e. "political soldiers", kilitanua wigo na kuwa kama taifa ndani ya taifa kupitia udhibiti wa polisi: (SS I History, Meaning & Facts I Britannica). Yote haya yaliibua mashaka ya serikali yenyewe kuhusika na moto huo ili kujipa kisingizio cha kutekeleza ajenda yake ya kisiasa. Joseph Goebbels, waziri wa propaganda mashini ya Ujerumani ya NAZI, alipashwa kuunda mzengwe wa kuchoma *Reichstag* akisaidiwa na mawakala kumi wakiongozwa na Karl Ernst na kwa kutumia njia ya chini kwa chini (tunnel) iliyounganisha *Reichstag* na makazi ya kikazi ya Hermann Göring. Göring alikuwa rais wa *Reichstag* na waziri kiongozi wa serikali ya Hitler lakini ambaye pia alisimamia uchunguzi uliohitimisha kwamba chama cha kikomunisti cha Ujerumani, i.e. Communist Party of Germany (KPD), kilihusika na uhalifu huo. Marinus van der Lubbe, Mdachi, alidaiwa kuanzisha moto huo. Hata hivyo, kuna wanahistoria wanaoamini Marinus van der Lubbe alipelekwa kwenye tukio la uhalifu na mawakala wa chama cha NAZI. Kwa upande mwingine, kuna wanahistoria wanaosema kwamba haukuwepo ushahidi wa serikali ya NAZI kuhusika na tukio hilo japokuwa wanakiri kuwa serikali ya Hitler ilitumia moto huo kutekeleza ajenda yake. Tazama: Reichstag Fire I Summary, Significance, Images, Video—Britannica.

Ujerumani ya NAZI (1933–1945) iliongozwa na Adolf Hitler (pichani). Udikteta wake dhalimu ulikuwa kipindi cha giza katika historia ya binadamu.

[Tanzania: MFUMO WA TAIFA/017]

Paul von Hindenburg (pichani) Rais wa mwisho wa Jamhuri ya Weimar (1918—1933); jamhuri iliyoanguka baada ya Hitler kuteuliwa kuwa Kansela Januari 30, 1933.

Rais Hindenburg aridhie hali ya dharura kutangazwa ili kulinda taifa na raia. Hali hiyo ilitangazwa chini ya amri ya moto wa *Reichstag*, i.e. Reichstag Fire Decree. Machi 23, ilipitishwa sheria-wezeshi (Enabling Act) iliyoipa serikali madaraka ya kutoa amri (decrees) lakini bila Rais na *Reichstag* kuridhia amri hizo; amri Hitler alizotumia kujenga taifa la NAZI[38]. Mbinu na vitisho vilitumika kuhakikisha muswada unapita.

Katika hatua hii, serikali ilianzisha *Gleichschaltung*[39] kama sera rasmi ya kuoanisha taasisi za taifa na raia kwa ujumla na malengo ya chama cha NAZI. Kutokana na sera hii, elimu, uchumi, utamaduni, sheria, n.k, vyote viliwekwa chini ya udhibiti wa NAZI[40]. Jitihada ya kufanya makanisa nayo yafungamane na malengo ya NAZI ilifanywa. Japokuwa jitihada hiyo haikufanikiwa kikamilifu, makasisi wengi wa Kikatholiki[41] na Kilutheri waliunga mkono serikali ya Hitler—kama wananchi wengi nchini humo walivyofanya[42].

Kunako Mei 1933, vyama vyote vya wafanyakazi vilipigwa marufuku. Wafanyakazi wote nchini walitakiwa kujiunga na chama kimoja tu cha wafanyakazi wa Kijerumani—German Labour Front (DAF)—chini ya Dr Robert Ley. Kutokana na vyama hivyo kuvunjwa kwa mabavu, vyama vya kisiasa navyo vilijitangua kwa "hiyari". Julai 14, 1933, chama cha NAZI kilitangazwa rasmi kuwa chama pekee nchini Ujerumani[43].

---

[38]Tazama: The Enabling Act | Holocaust Encyclopedia.
[39]*Gleichschaltung* ilikuwa na lengo la kufungamanisha taasisi za kisiasa, kiuchumi, na kijamii na taifa la NAZI. Na ingawa sera hii ilidaiwa kuimarisha umoja wa kitaifa, lengo lake hasa lilikuwa utanuzi wa wigo wa chama cha NAZI kwa kudhibiti kila sekta ya Ujerumani ya NAZI.
[40]Gleichschaltung: Cordinating the Nazi State | The Holocaust Encyclopedia.
[41]Kanisa Katholiki liliingia mkataba wa maelewano na utawala wa Hitler Julai 20, 1933—Catholic Library: Concordant with the Germany Reich (1933) [EAGLE/004]. Katika makala, "The Vatican and NAZI Germany sign an Agreement" (*Haaretz*, 20.07.2016) David B Green anasema kwamba mkataba huo uliondoa upinzani wa kanisa Katholiki dhidi ya utawala wa NAZI; na utawala wa NAZI pia ulikubali Kanisa Katholiki irejeshewe udhibiti wa masuala ya kidini iliyopoteza wakati wa serikali iliyoongozwa na Otto von Bismarck.
[42]Tazama: The Third Reich | An overview | Holocaust Encyclopedia.
[43]Rejea tanbihi ya 35.

Januari 30, 1934, sheria ya ufufuzi wa himaya, i.e. Law for the Reconstruction of the Reich, ilipiga marufuku ugatuzi wa madaraka; kwa hiyo, hakimiya za Bunge majimboni (diets) ya mfumo wa taifa hilo, i.e. *Länder*, zilihamishiwa serikali ya kati. Na katika kunadi sera na itikadi yake, chama cha NAZI kilitumia propaganda ya kupindukia iliyosimamiwa na wizara ya Joseph Goebbels. Upinzani dhidi ya Hitler na sera zake vilishughulikiwa vikali na vikosi mbalimbali vya polisi wa Ujerumani ya NAZI, ikiwemo Gestapo[44].

Agosti 1, 1934, Rais Hindenburg akiwa mahututi, Baraza la Mawaziri lilipitisha sheria kuhusu ofisi ya juu nchini humo, i.e. Law Concerning the Highest State Office of the Reich. Sheria hii ilisema kuwa endapo Rais Hindenburg angeaga dunia, madaraka ya ofisi yake yangeunganishwa na madaraka ya Kansela. Hindenburg alifariki siku iliyofuata, Agosti 2. Madaraka ya Rais na Kansela yaliunganishwa. Sasa Hitler alikuwa *Führer*, i.e. kiongozi mkuu nchini Ujerumani; na, kwa hiyo, alifahamika kama Kiongozi-*cum*-Kansela, i.e. Leader and Chancellor.

Agosti 19, siku kumi na saba baada ya kifo cha Hindenburg, wananchi walioshiriki kura ya maoni waliridhia kwa asilimia 88 madaraka hayo

---

[44]Kama polisi wa siri Gestapo iligandamiza upinzani kikatili. Akiwa waziri wa mambo ya ndani wa Prussia (Prussia I History, Maps & Definition I Britannica), Hermann Göring aliondoa polisi wa vitengo vya kisiasa na kijasusi kutoka polisi ya kawaida ya Prussia na kuvijaza na wafuasia wa NAZI. Aprili 26, 1933, alivipanga upya na kuviweka chini ya amri yake kama Gestapo. Wakati hayo yakijiri, Heinrich Himmler, mkuu wa SS (*Schutzstaffel*), pamoja na msaidizi wake Reinhard Heydrich pia walipanga upya polisi ya Bavaria (Bavaria I History, People & Facts I Britannica) kama Göring alivyofanya huko Prussia. Himmler na Heydrich waliendelea kufanya hivyo katika majimbo (*Länder*) yaliyosalia. Aprili 1934 Himmler alipewa madaraka juu ya Gestapo ya Göring. Juni 17, 1936, majeshi yote ya polisi yaliwekwa chini ya udhibiti wa Himmler. Ingawa Gestapo ilishirikiana na vikosi vingine vya usalama vilivyokuwa chini ya Himmler, bado Gestapo ilikuwa na mkono-huru wa kunyamazisha upinzani dhidi NAZI. Mathalani, Gestapo ilikuwa na madaraka ya kukamata kabla ya kosa kutendwa ("preventive arrest"). Mawakala wake walikuwa katika kikosi cha mauaji kilichoambatana na jeshi la kawaida la nchi hiyo nchini Poland na Urusi kuua Wayahudi na watu wengine katika kutekeleza sera ya NAZI ya uzalendo wa kibaguzi. Ofisi IV B4 ya Gestapo (Bureau IV B4) iliyokuwa chini ya Adolf Eichmann (Mossad ilimtia mbaroni nchini Argentina na baadaye kuhukumiwa kifo nchini Israel) ilisafirisha maelefu ya Wayahudi wa Ulaya kwenda Poland kwenye kambi za mlundiko wa wazuiwa (concentration camps) ambako wengi wao waliuawa kikatili: Gestapo I Hisory, Facts & Tactics I Britannica.

kuunganishwa[45]. Kama *Führer*, Hitler sasa alikuwa kinara wa taifa la NAZI; neno lake lilikuwa sheria ya juu; kauli yake ilikuwa ya mwisho juu ya mambo yote muhimu nchini Ujerumani; jeshi lilikula kiapo cha utii kwake[46]; mikutano ya hadhara ilianza kwa saluti ya kumtukuza, i.e. Hail Hitler; na walikuwepo vijana wa Hitler waliofundwa katika usoshalisti wa kitaifa (Nazism). Kwani, kwa muono wa Hitler, hatima ilikuwa ya mtawala aliyekuwa na vijana upande wake. Sambamba na hilo, shule na vyuo vya makada wa NAZI vilianzishwa: Shule za Adolf Hitler (Adolf Hitler Schools); vyuo vya taifa vya mafunzo ya kisiasa (National Political Training Institutes); makasri ya mafunzo ya usosha-listi wa kitaifa, i.e. NS-Order Castles—*NS—Ordensburgen*. Taasisi hizi ziliandaa vijana kati ya miaka 11 na 25 ambao wangekuwa viongozi wa ngazi ya juu katika majeshi; maofisa wandamizi katika chama cha NAZI; au wanasiasa wandamizi katika taifa la NAZI[47]. Na usoshalisti wa kitaifa ulisherekewa kwa myenge, mabango mekundu yenye swastika, na magwaride ya kuchapa miguu kwa kishindo cha kipekee.

Kwa muhtasari, udikteta wa Hitler uliegemea kwenye madaraka yake maradufu kama kiongozi wa serikali, mkuu wa nchi, na kiongozi wa chama cha NAZI. Na kama isingekuwa dhana ya kanuni ya kiongozi i.e. "*Führerprinzip*—leader principle", kukwezwa, isingekuwa rahisi Hitler kujiweka nje ya taifa la kisheria.

Kanuni ya kiongozi (*Führerprinzip*) ilikuwa msingi mkuu wa nadharia ya usoshalisti wa kitaifa wa chama cha NAZI, muundo na shughuli zake kwa ujumla. Ilifafanua itikadi ya NAZI juu ya uchaguzi na sera za serikali, muundo wa taifa na wajibu wa maofisa Hitler aliowateua kushika nyadhifa katika taifa la NAZI—na ambao waliwajibika kwake. Katika kitabu chake *Mein Kampf* (Mapambano Yangu) Hitler ananuku-

---

[45]Rejea tena tiniwayo ya 35.
[46]Tazama: German Military Oaths I Holocaust Encyclopedia.
[47]Tazama: Order Castles—History Learning Site.

Chama cha NAZI pia kililenga kuifunda hadhira ya vijana katika itikadi yake. Hitler aliamini hatima ilikuwa ya mtawala aliyekuwa na vijana upande wake. Kielelezo hiki kiliwataka wanafunzi kuwa wanapropaganda wa Führer (Hitler).

[Tanzania: MFUMO WA TAIFA/029]

liwa akieleza dhana yake juu ya uongozi kwamba maamuzi yanayo-fanywa yasitokane na kura ya wengi isipokuwa yafanywe na wateule peke yake walio na jukumu hilo; na, kwamba, nguvu ya chama cha kisiasa haitokani na akili wala moyo huru wa memba wake, bali moyo wa utii ambao huwafanya wafuate viongozi wateule[48].

Kwa vyovyote vile, ilikuwa baada ya Hitler kujiweka juu ya taifa lake na kuifumbia macho sheria ya kimataifa kwamba taifa la NAZI lilianza uvamizi wa mataifa mengine ili kutekeleza itikadi ya chama chake. Wakati hayo yakijiri, utawala wa NAZI uliamuru kambi za mlundiko wa wazuiwa, i.e concentration camps, zianzishwe pia katika mataifa uliyoyavamia na kuyakalia[49].

Kambi za mlundiko wa wazuiwa, i.e. concentration camps, zilikuwa sehemu ya mfumo wa taifa la NAZI kati ya 1933 na 1945[50]. Hata hivyo, baadhi ya kambi hizi ziligeuzwa kambi za mauaji ya halaiki; mauaji ya watu lukuki wasio na hatia yoyote: wanawake, wazee, na watoto. Na mauaji haya yalitekelezwa kwa matumizi ya matanuri yenye gesi za sumu ili kuhakikisha watu wengi waliuawa kwa wakati mmoja. Aidha, lugha ya kificho iliyofahamika kama ufumbuzi wa mwisho, i.e. "Final Solution"[51], ilitumika kuficha uhalifu-ovu uliotendwa kila siku kwenye kambi hizi dhidi ya jamii ya Kiyahudi barani Ulaya.

Katika kitabu chake tulichozungumzia mapema, i.e. *"Mein Kampf"* (Mapambano Yangu), Hitler aliipa chuki yake binafsi dhidi ya jamii ya Kiyahudi fursa ya kutosha. Hata hivyo, leo hii watafiti wanachunguza uwezekano wa masuala binafsi kubaini kama yalichangia chuki hiyo;

---

[48]"Führerprinzip" (leader principle)—Globalsecurity.org [Tanzania: MFUMO WA TAIFA/014].
[49]Tazama maelezo ya kambi ya kwanza, Dachau, [Tanzania: MFUMO WA TAIFA/012].
[50]Tazama pia: Concentration Camps, 1933–1939 I Holocaust Encyclopedia [Tanzania: MFUMO WA TAIFA/015]. Mtunzi ametumia neno "wazuiwa" kutofautisha kati ya watu waliofungwa kisheria (wafungwa), na watu walioshikiliwa kinyume na taratibu za kukamata na kufunga (wazuiwa); taratibu ambazo hukubalika chini ya demokrasia ya kiliberali (rejea tiniwayo ya 1).
[51]"Final Solution": Overview I The Holocaust Encyclopedia [Tanzania: MFUMO WA TAIFA/016].

chuki[52] iliyomfanya Hitler atumie nguvu ya kiserikali siyo tu kutenda uhalifu-ovu wa namna yake dhidi ya ubinadamu, bali pia kunadi sera za kisiasa zilizolenga kushusha hadhi ya nafsi ya binadamu.

Lakini ilikuwa Auschwitz, moja ya kambi za mlundiko wa wazuiwa iliyokuwa kusini-magharibi mwa Poland, iliyoongoza katika mauaji ya Wayahudi wa Ulaya kuliko kambi zingine. Kulingana na taasisi ya makumbusho ya maangamizi haya iliyo nchini Amerika (US Holocaust Memorial Museum) vyombo vya ulinzi na usalama vya taifa la NAZI vilivyoyatekeleza viliua jumla ya Wayahudi 960,000 kati ya 1.1—1.3 milioni waliopelekwa kambi hiyo. Kadhalika, wazuiwa kutoka mataifa mengine waliuawa kwenye kambi hiyo: Poland (74,000); watu wenye asili ya Roma[53](21,000); wafungwa wa kivita wa Kisovieti (15,000), na wazuiwa wengine wapatao 10,000 hivi kutoka mataifa mengine[54].

Hali na upeo wa uhalifu-ovu wa kaumu wa namna hiyo vinalazimu tutafakari: namna Hitler alivyoingia madarakani; mbinu alizozitumia kujilimbikizia madaraka mengi kiasi hicho; kama *shoah* ingezuiwa kwa kutazama dalili za mwanzo[55], na kama itikadi yenyewe ya NAZI na mashambulio ya kila mara dhidi ya watu wasio na hatia vilikuwa onyo la kutosha la matukio yaliyoshuhudiwa baadaye katika Ujerumani ya NAZI—na athari zake kwa muundo mzima wa jamii ya kimataifa.

Lakini ufashisti nao haukuwa tofauti sana aidha. Kwani, kama itikadi ya NAZI, ufashisti nao ulilenga kuua kila kitu ambacho demokrasia hukisimamia na badala yake kujenga utawala wa mabavu. Bila shaka msomaji anakumbuka yaliyotokea nchini Italia wakati wa utawala wa kifashisti wa *Il Duce*, i.e. Kiongozi, Benito Mussolini; au jinsi utawala

---

[52]Tazama: Why Did Adolf Hitler Hate Jews? David B. Green, *HAARETZ*, Apr 11, 2016.
[53]Who are the Roma people? | Euronews.
[54]Auschwitz: a short history of the largest mass murder site in human history, George Arnett, *The Guardian*, Tue 27 Jan 2015 [Tanzania: MFUMO WA TAIFA/019].
[55]Kama vile kuamuru Wayahudi wavae nyota ya manjano na propaganda ya chuki dhidi yao.

Watoto kwenye sare za wafungwa muda mfupi baada ya kambi ya mauaji ya Auschwitz kukombolewa na majeshi ya Muungano wa Kisovieti, Januari 27, 1945.

wa kibabe wa Francisco Franco, ambaye pia alipenda aitwe *Caudillo*, i.e. Mtawala wa Kijeshi, ulivyogandamiza wananchi wa Hispania.

Yote haya yanaonyesha sababu ya demokrasia kutokuwa chaguo, kwa upande wa uongozi wa kisiasa, bali mwenendo wa kisiasa wa lazima unaotawaliwa na sheria ya kimataifa ya haki za binadamu. Hii ni kwa kuwa, demokrasia ni haki ya binadamu kwa vile inahusisha, uhuru wa fikra; uhuru wa kujieleza; uhuru wa kujumuika; uhuru wa kuabudu; haki ya mtu kutobaguliwa kwa sababu ya: rangi yake; dini yake; umri wake; lugha yake; jinsia yake—lakini pia na haki ya mtu kupata: elimu ya msingi; ajira, na kumiliki mali.

Haki za binadamu huwa chini ya uangalizi wa kimataifa kwa sababu ya uwezekano wa serikali kuzikiuka.

Kwa hiyo, sheria ya kimataifa ya haki za binadamu huweka wajibu juu ya mataifa kuhusu haki hizi; wajibu ambao hupashwa kutekelezwa na mataifa yote. Na ni kwa sababu hii pia kwamba mfumo wa Umoja wa Mataifa una taasisi ambazo hukuza na kulinda haki hizi. Taasisi hizi pia husaidia mataifa yatekeleze wajibu wa kulinda haki za binadamu za raia wao kulingana na sheria ya kimataifa.

Taasisi hizi ziko katika makundi mawili muhimu: taasisi zitokanazo na mikataba ya kimataifa ya haki za binadamu[56], i.e treaty-based bodies,

---

[56]Kamati ya kuondoa ubaguzi wa rangi (Committee on the Elimination of Racial Discrimination—CERD); Kamati juu ya masuala ya kiuchumi, kijamii na haki za kiutamaduni (Committee on Economic, Social and Cultural Rights—CESCR); Kamati ya haki za binadamu (Human Rights Committee—CCPR); Kamati ya kuondoa ubaguzi dhidi ya wanawake (Committee on the Elimination of Discrimination against Women—CEDAW); Kamati dhidi ya utesaji (Committee against Torture); Kamati ya haki za mtoto (Committee on the rights of the Child—CRC); Kamati juu ya wafanyakazi wahamiaji (Committee on Migrant Workers—CMW); Kamati iliyochini ya kamati ya kuzuia utesaji (Subcommittee on Prevention of Torture—SPT); Kamati juu ya haki za watu wasiojiweza (Committee on the Rights of Persons with Disabilities—CRPD); Kamati juu ya watu kupotezwa kimakusudi (Committee on Enforced Disappearances—CED) Kwa tafakuri ya kina tazama: Treaty Bodies—OHCHR.

na taasisi ambazo hutokana na mkataba wa Umoja wa Mataifa[57], i.e. charter-based bodies.

Taasisi zitokanazo na mikataba ya kimataifa ya haki za binadamu, i.e. treaty-based bodies (tanbihi ya 56) hutokana na vifungu maalumu vya sheria ya mikataba hiyo. Taasisi hizi ni kumi na hufuatilia mikataba-kiini ya haki za binadamu ulimwenguni, i.e. Core international human rights treaties, ambayo ni tisa. Taasisi zilizoundwa kufuatia mkataba wa Umoja wa Mataifa, i.e. charter-based bodies (tanbihi ya 57) hutokana na vifungu vya mkataba wenyewe—wa Umoja wa Mataifa.

Nyingi ya taasisi hizi, ambazo kwa kawaida hufahamika kama kamati, i.e. committees, hupata msaada kutoka sekretariati ya kamati ya haki za binadamu, i.e. Human Rights Council; lakini pia kutoka kitengo cha mikataba, i.e.Treaty Division, cha ofisi ya kamishena wa juu wa haki za binadamu, i.e. Office of the High Commissioner of Human Rights (OHCHR)[58].

Kwa kifupi, Umoja wa Mataifa una taasisi muhimu mbalimbali ambazo hushirikiana katika kukuza na kulinda haki za binadamu ulimwenguni.

Kwa upande mwingine, haki za binadamu zikiwa chini ya uangalizi wa kimataifa hutabirika zaidi. Kutabirika zaidi ni kuimarika zaidi. Hali hii humjegea raia imani zaidi moyoni mwake na amani-tabiriki mawazoni mwake. Amani ama shari hutoka kwenye mawazo ya binadamu. Ndiyo kusema, jamii ya binadamu huweza kuwa na amani-himilivu ikiwa tu wanajamii wana amani iliyoimarika mawazoni mwao kwanza.

---

[57]Kamati ya haki za binadamu (Human Rights Council): Mamlaka juu ya mada 45 (45 Thematic Mandates; Mamlaka 13 za nchi (13 Country Mandates); Utaratibu maalumu (Special Procedures); Mrejesho wa kipindi juu ya mashauri yote (Universal Periodic Review); na Mamlaka ya uchunguzi usio wa kiserikali (Independent investigations). Kwa ufafanuzi zaidi tazama: Instruments & Mechanisms—OHCHR. Vyombo vya kisheria vinavyotokana na makundi haya mawili ni muhimu katika kupima viwango, maendeleo, n.k. ya haki za binadamu: Human Rights Indicators-OHCHR
[58]Tazama: The United Nations Human Rights Treaty System—OHCHR.

Hali hii inapingana na utulivu ambao chini ya utawala wa kidikteta huweza kudhaniwa kwa makosa kuwa ni amani. Kama tulivyotafakari mapema, amani siyo tu hali ya kutokuwepo vita bali kuwepo haki; na, kwamba, haki hiyo sharti ionekane kutendeka. Na mbali na masuala ya ubarakala na kujikomba, udikteta pia huweza kudhuru mfumo wa afya ya mawazo kwa kumsababishia raia fadhaa ya kila wakati. Hali hii huandaa mazingira ambayo hutenga wananchi na taifa lao kadiri ambavyo udikteta hutumia hofu kama silaha ya kutawala[59].

Mataifa huhitaji amani na usalama kwa ajili ya maendeleo na ustawi wa jamii zao. Kwa hiyo, masuala ya usalama na amani siyo tu masuala ya kitaifa, bali ni masuala-nyeti yaihusuyo jamii nzima ya ulimwengu. Hii inaeleza kwa nini azma ya Umoja wa Mataifa ni amani na usalama; maendeleo-himilivu; msaada wa kibinadamu, na haki za binadamu.

Inafuatia kwamba, ingawa mataifa hutunga sheria yao ya kimanispaa utekelezaji wake hutawaliwa zaidi na sheria ya kimataifa—hasa sheria ya kimanispaa inapokinzana na sheria ya kimataifa. Kwa sababu hiyo, ili kuhakikisha sheria ya ndani haigongani na sheria ya kimataifa, taifa hutegemewa kutilia maanani sheria ya kimataifa wakati wa kutunga sheria yake ya ndani. Na kinyume na sheria ya ndani, sheria ya kima-taifa hutokana na:(a) konvensheni za kimataifa[60], i.e. international conventions, (b) desturi[61] inayotambulika kimataifa, i.e. international custom,(c) Kanuni za jumla za sheria ambazo hutambuliwa na mataifa yaliyostaarabika, i.e. general principles of law recognized by civilized

---

[59]Rejea tiniwayo ya 22

[60]Konvensheni za kimataifa (i.e. international conventions) ni mikataba au makubaliano baina ya mataifa. Zinaweza kumaanisha mikataba ya kimataifa (international treaties); makubaliano ya kimataifa (international agreement); mikataba baina ya mataifa (contract between states), kati ya mambo mengine: (https://www.law.cornell.edu/wex/international_conventions). Tazama pia: Global compact for migration I Refugees and Migrants. N.B: kwa madhumuni ya simulizi hii, "kanuni ya kimataifa" inamaanisha international norm au international principle.

[61]Mwenendo-asili ukubaliwao na wengi kama namna ya kufanya jambo lililo maalumu kwa jamii fulani, sehemu au wakati.

KUTOKA
(Januari 10, 1920)

LEAGUE OF NATIONS

SOCIETE DES NATIONS

HADI
Kuzinduliwa Umoja wa Mataifa
(Oktoba 24, 1945)

United Nations

AZMA

- Amani na Usalama
- Maendeleo—Himilivu
- Haki za Binadamu
- Msaada wa Kibinadamu

Kuelewa Mfumo wa Dunia
Tazama: United Nations System

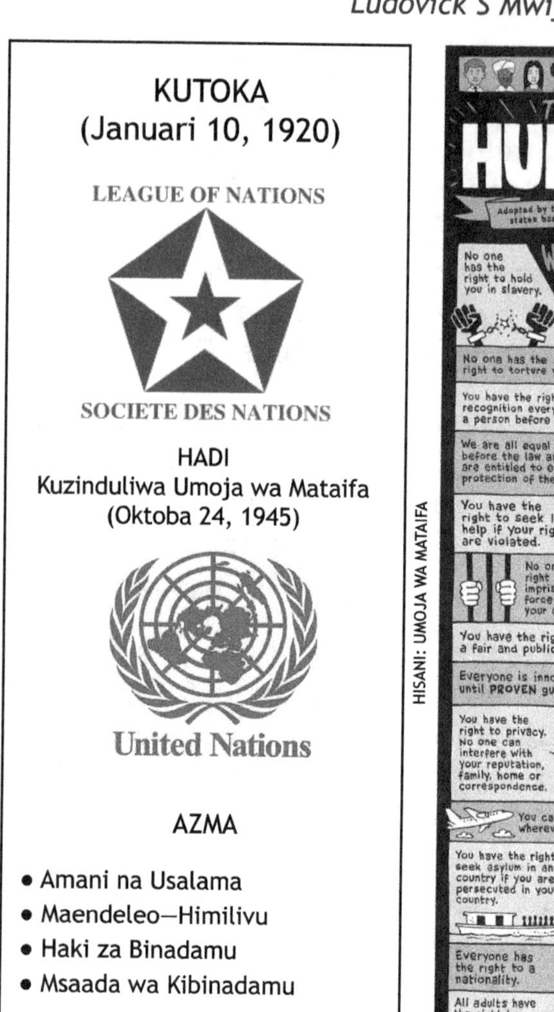

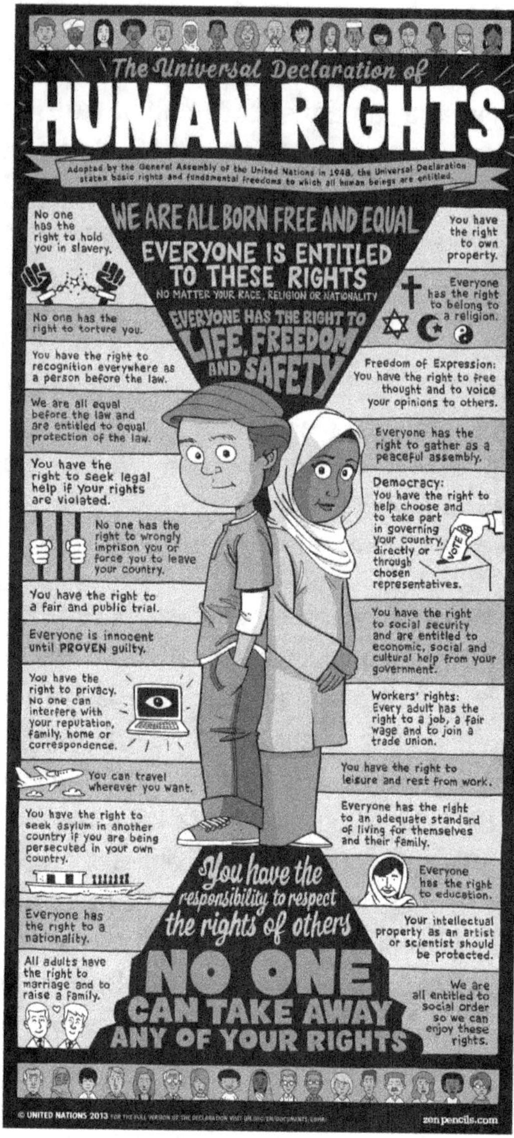

HISANI: UMOJA WA MATAIFA

Kama kielelezo hiki kinavyoonyesha, hakuna aliye na haki ya kuondoa haki ya binadamu mwingine. Sote tuna wajibu wa kuheshimu haki za wengine.

nations), (d) hukumu za mahakama na mafundisho ya wenezi wenye sifa za kiwango cha juu wa mataifa mbalimbali (judicial decisions and the teachings of the most highly qualified publicists of the various nations)[62].

Kwa hiyo, sheria ya kimataifa hutokana na mataifa ya ulimwengu. Na ni sheria hii ambayo huweka viwango vya mwenendo wa mataifa yote; na pia kanuni ambazo huwezesha mataifa duniani kuendesha shughuli mbalimbali miongoni mwao kwa ufanisi. Na ni katika mazingira haya pia kwamba sheria ya kimataifa juu ya mikataba hutegemea mataifa kutekeleza mikataba iliyoridhiwa bila kisingizio.

Kifungu cha 26 cha mkataba wa Vienna juu ya sheria ya mikataba (Article 26 of the Vienna Convention on the Law of Treaties—VCLT), sambamba na kanuni ambayo hujulikana kama *pacta sunt servanda*, i.e. makubaliano lazima yatimizwe, huhimiza mikataba iliyoridhiwa kutekelezwa kwa nia njema. Msingi wa nia njema ni taifa kutotumia kisingizio cha vipengele vya sheria ya ndani kutotekeleza mkataba.

Rebus sic stantibus (katika mazingira haya) ni kanuni katika sheria ya ya kimataifa ambayo huchukulia kuwa huenda mkataba usitekelezwe kutokana na mabadiliko makubwa ya hali. Lakini lazima ithibitishwe kuwa mabadiliko yanayodaiwa yasingetabirika taifa lilipoingia katika mkataba[63]. Kwa hiyo, katika muktadha wa *pacta sunt servanda, rebus sic stantibus* hutumiwa kwa nadra na katika hali iliyojitenga. Lengo ni kuhami uimara wa mikataba. Kwa hiyo, hali ya wakati wa kukamilisha makubaliano ndio msingi ambao hujenga nguvu-jalidi kwa pande zote katika mkataba.

---

[62]Tazama: kifungu cha 38(1) cha sheria ya mahakama ya kimataifa ya haki, i.e. Article 38(1) of the Statute of the International Court of Justice.
[63]Tazama pia: Kifungu cha 62 cha Mkataba wa Vienna juu ya sheria ya mikataba, i.e. Article 62 of the Vienna Convention on the Law of Treaties (VCLT).

Katika muktadha wa haki za binadamu, taifa kutoridhia mkataba wa kimataifa haimaanishi kwamba taifa hilo au wananchi wake huwa nje ya mkondo wa sheria yake. La hasha! Mamlaka ya kote, i.e. universal jurisdiction, inayapa uwezo mataifa mengine kusikiliza kesi za uhalifu dhidi ya sheria ya kimataifa; uhalifu unaochukuliwa kuwa wa madhara makubwa kwa jamii ya kimataifa na utaratibu wake. Taifa linaweza kusikiliza kesi za namna hiyo kwa sheria iliyotungwa awali na ambayo huwezesha mkiukaji kushtakiwa na mamlaka yanayomshikilia—na bila kujali uraia wake au katika nchi gani uhalifu huo ulitendwa[64].

Vinginevyo, sheria ya ndani ambayo hulipa taifa mamlaka ya kusikiliza uhalifu kama huo hutokana na mikataba ya kimataifa iliyoridhiwa na nchi-taifa (nation-state) inayomshikilia mkiukaji.

Mathalani, mikataba ya Geneva ya 1949 kuhusu sheria za vita[65], i.e. the 1949 Geneva Conventions on the laws of war; mkataba dhidi ya utesaji na uhalifu mwingine usio wa kibinadamu au vitendo-dhalilishi na adhabu za namna hiyo[66], i.e. Convention against Torture and Other Inhumane or Degrading Treatment or Punishment; na mkataba dhidi ya watu kupotezwa kimakusudi[67], i.e. Convention against Enforced Disappearances. Mikataba hii, kati ya mingine, inaipa mamlaka nchi-taifa iliyoiridhia uwezo wa kusikiliza ukiukwaji unaodaiwa. Kwa hiyo, mamlaka ya kote, i.e. universal jurisdiction, yanawezesha wahalifu wa sheria ya kimataifa kushtakiwa popote ulimwenguni.

Aidha, mamlaka ya kote yanampa mwathirika wa ukiukwaji uwezo wa kutumia mamlaka za nje ya taifa lake kuwajibisha wakiukaji nchini mwake ikiwa nchi yake itaburuta miguu kusikiliza uhalifu unaodaiwa.

---

[64]Rejea kesi ya Hissène Habré ukurasa wa 38. Tazama pia: German court finds Syrian colonel guilty of crimes against humanity—BBC [Tanzania: MFUMO WA TAIFA/038;39].
[65]The Geneva Conventions of 1949 and their Additional Protocols.
[66]Convention Against Torture and Other Inhumane or Degrading Treatment or Punishment.
[67]International Convention for the Protection of All Persons Against Enforced Disappearance.

Waelimishaji wamejadili pande zote za mamlaka hayo kwa mapana na marefu. Mathalani, Daniele Archibugi na Alice Pease wanatathmini kwa kina utekelezaji wake kati ya mataifa; mafanikio na changamoto zake[68]. Umuhimu wake kwa waathirika wa ukiukwaji na watetezi wa haki za binadamu ulimwenguni umekwisha bainika pia.

Kwa mfano, Pease na Archibugi wanatumia mfano wa kukamatwa kwa Jenerali Augusto Pinochet[69] kuonyesha mafanikio ya jamii ya kiraia nchini Chile iliyoleta kesi hiyo kwenye hadhira ya dunia. Wanasema ingawa Pinochet hatimaye aliweza kurejea nchini Chile akiwa huru, mafanikio ya jamii hiyo kuleta kesi hiyo kwenye hadhira ya kimataifa yalihamasisha jamii za kiraia kwingineko, kutoka Guatemala mpaka Chad, pia kukabili kutowajibika kwa wakiukaji katika mataifa yao kwa kutumia mamlaka za nje[70].

Kwa vyovyote vile, leo hii msingi madhubuti wa sheria ya kimataifa ya haki za binadamu tunayojadili katika sura hii ni Tamko la kimataifa la haki za binadamu (Universal Declaration of Human Rights—UDHR)[71]: humu baadaye Tamko.

Tamko hili lilipitishwa[72] na kikao cha baraza kuu la Umoja wa Mataifa, kilichoketi huko Palais de Chaillot, Paris, Ufaransa, Ijumaa, Desemba 10, 1948. Eleanor Roosevelt, mwenyekiti wa kamati iliyoandaa rasimu yake, aliliita *"Magna Carta ya kimataifa kwa binadamu wote"*. *Magna*

---

[68]Ukurasa wa 79/97, Part II, International Criminal Justice in Action: Crime and Global Justice, Daniele Archibugi & Alice Pease, Polity Press (2018), 101 Station Landing, Suite 300, Medford, MA 02155, USA.

[69]Hayati dikteta wa Chile. Hakimu Baltsar Garzón wa Hispania alitoa hati ya kukamatwa kwake; hati iliyodai kwamba kati ya 1973 na 1983, Jenerali Pinochet alitenda uhalifu-uovu dhidi ya raia wa Hispania. Kutokana na hati hiyo, mamlaka nchini Uingereza yalitia Pinochet mbaroni Oktoba 16, 1998, wakati akiwa nchini humo kwa ajili ya matibabu: Pinochet arrested in London, by David Connett, John Hooper and Peter Beaumont, *The Guardian*, Sun 18 Oct 1998 01.29 BST.

[70]Ukurasa wa 97, Archibugi & Pease.

[71]The Foundation of International Human Rights Law—the United Nations.

[72]A/RES/217(III): Universal Declaration of Human Rights.

Eleanor Roosevelt (pichani), mwenyekiti wa kamati iliyozatiti rasimu ya Tamko (UDHR), alisema lilikuwa "Magna Carta ya kimataifa kwa binadamu wote".
[Tanzania: MFUMO WA TAIFA/021]

Carta ni Hati muhimu ya haki Mfalme John wa Uingereza aliyoikubali huko Runnymede, karibu na Windsor, Juni 15, 1215, kufuatia shinikizo la mabaroni wa taifa hilo. Roosevelt alifananisha Tamko hili na Hati hiyo kwa kuwa, kama *Magna Carta*, lengo na madhumuni ya Tamko la kimataifa la haki za binadamu (UDHR) ni kuhakikisha ulinzi wa haki za binadamu; ingawa, katika hali hii, ulinzi wa haki za binadamu wote duniani; na, kwamba, kama tulivyojadili mwanzoni, binadamu wote huzaliwa sawa katika hadhi na haki. Baada ya uzinduzi wa Umoja wa Mataifa[73], viongozi wa dunia waliamua kuupa mkataba wa Umoja wa Mataifa[74] ramani ya barabara kwa kuzindua Tamko la kimataifa la haki za binadamu (UDHR).

Ilikuwa maili ya ziada katika jitihada ya kuimarisha ulinzi wa haki za binadamu baada ya dunia kushuhudia namna kanuni za *jus cogens*[75] zilivyokiukwa wakati wa Vita vya Pili vya Dunia. *Jus cogens* (ambayo pia huitwa peremptory norm) ni kanuni za lazima za kisheria ambazo hairuhusiwi kuzitengua. Kifungu cha 53 cha mkataba wa Vienna juu ya mikataba kinatamka kuwa, mkataba huweza kuwa batili, ikiwa, baada ya kukamilika, utaonekana kuwa unapingana na kanuni za *jus cogens*.

---

[73]Umoja wa Mataifa ulitanguliwa na Ligi ya Mataifa, i.e. League of Nations (kielelezo uk 54). Ligi ililenga kuzuia vita kwa: kupunguza majeshi na zana za kivita; kuimarisha usalama wa pamoja, na kutatua mizozo ya dunia kwa majadiliano. Lakini Vita vya Pili vya Dunia havikuzuilika. Rais Franklin D. Roosevelt, alitumia jina la sasa la Umoja wa Mataifa katika tamko lake la Januari 1, 1942, lililofahamika kama tamko la mataifa yaliyoungana, i.e. "Declaration by united nations". Alitoa tamko hilo kufuatia msimamo wa wajumbe wa mataifa 26 kwamba nchi zao zingeendelea na mapigano ya pamoja dhidi ya upande mwingine katika vita hivyo, i.e. Axis Powers. Baada ya wawakilishi wa serikali 50 kusaini mkataba wa Umoja wa Mataifa (United Nations Charter), huko San Francisco, Amerika, Juni 26, 1945, Umoja wa Mataifa ulizinduliwa rasmi Jumatano, Oktoba 24, 1945 (taifa la Poland ambalo halikuwepo San Francisco lilisaini mkataba huo baadaye na kufanya idadi ya memba wa mataifa-anzilishi kuwa 51). Hii ilikuwa baada ya China, Ufaransa, Muungano wa Kisovieti, Uingereza na Amerika kuridhia mkataba huo na mataifa mengine ulimwenguni pia kuusaini—Tazama, Preparatory Years: UN Charter History—the United Nations.
[74]Tazama: Charter of the United Nations.pdf
[75]Kanuni za *Jus cogens* hupiga marufuku: mauaji ya halaiki (genocide); utakaso wa kimbari (ethnic cleansing); uchokozi (aggression); uhalifu dhidi ya ubinadamu (crimes against humanity); uhalifu wa kivita (war crimes); uharamia (piracy); utumwa na vitendo vya kitumwa (slavery and slave-related practices), na utesaji (torture): International Crimes: Jus cogens and obligatio erga omnes, by M. Cherif Bassiouni.

Mapema tumejadili kuwa sheria ya kimataifa haitokani na taifa moja. Ilikuwa hivyo pia na Tamko la haki za binadamu: wajumbe waliozatiti rasimu yake walitoka majimbo mbalimbali ya ulimwengu[76]. Uwakilishi wa kijografia wa wajumbe hao na faida yake kwa sheria ya kimataifa ya haki za binadamu ni dhahiri bila kuhitaji maelezo ya nyongeza.

Kwa kifupi, ilichukua takribani miaka miwili utunzi wake kukamilika[77]. Yalikuwa mafanikio makubwa kwa sababu ulimwengu wa wakati huo uligawanyika katika kambi za Magharibi na Mashariki[78]. Siyo hilo tu, bali Tamko hili hadi sasa limehamasisha: katiba za mataifa mengine na/au sheria ya ndani ya mataifa hayo; miswada ya ndani ya haki za binadamu pamoja na Matamko mengine ya haki za binadamu kwenye majimbo mbalimbali ya dunia. Yote haya yanaipa mifumo inayotetea haki za binadamu duniani nguvu zaidi za kisheria zinazohitajika katika kutekeleza azma hii. Na leo hii Tamko hili limetafsiriwa katika lugha zaidi ya 500 na kuhamasisha makubaliano na mikataba zaidi ya 80. Isitoshe, mataifa ya Umoja wa Mataifa yameridhia walao moja ya mikataba-kiini ya haki za binadamu tuliyoizungumzia mapema. Aidha, asilimia 80 ya mataifa-memba ya Umoja wa Mataifa (UN) yameridhia mikataba-kiini minne, au zaidi, ya haki za binadamu[79]. Mambo yote haya yanadhihirisha sababu ya Tamko hili kuchukuliwa kuwa msingi mkuu wa sheria ya kimataifa ya haki za binadamu na umuhimu wake katika kuendelea kukua kwa mwili mzima wa sheria ya kimataifa ya haki hizi.

---

[76]Tazama: Drafters of the Declaration—the United Nations.
[77]Tazama: History of the Declaration—the United Nations.
[78]Kutoka 1945 hadi 1991 ilikuwepo hali isiyo ya kirafiki iliyofahamika kama vita-baridi, i.e. cold war, baina ya mataifa yaliyokuwa kwenye kambi ya Muungano wa Kisovieti, i.e. mataifa ya Mashariki, na mataifa ya demokrasia za Kimagharibi, au mataifa ya Kimagharibi. Muungano wa jamhuri za kisoshalisti za Kisovieti, i.e. Union of Soviet Socialist Republics (USSR), ulioundwa Desemba 30, 1922, ulisambaratika Desemba 26, 1991—wakati unaochukuliwa kuwa mwisho wa vita-baridi. Kwa tafakuri jadidi juu ya kusambaratika kwa muungano wa Kisovieti, tazama makala ya Michael Ray, Why Did the Soviet Union Collapse? I Britannica.
[79]Rejea tiniwayo ya 71.

Mathalani, haki za kovenanti ya kimataifa ya haki za kiraia na kisiasa, i.e. International Covenant on Civil and Political Rights, na haki za kovenanti juu ya masuala ya kiuchumi, kijamii na kiutamaduni, i.e. International Covenant on Economic, Social and Cultural Rights, zimekuzwa kutokana na haki za Tamko hili, i.e. UDHR. Kovenanti hizi mbili zinaweka mbele haki za lazima za kila siku tulizojadili mapema: haki ya uhai; usawa mbele ya sheria; haki ya kufanya kazi; uhuru wa kujieleza; haki ya kupata elimu na msaada wa kujikimu kutoka serikalini kwa watu: waliostaafu; wasio na kipato; wenye kipato duni; na watu wasiojiweza. Na ni kovenanti hizi mbili na mikataba miwili mbadala (two optional protocals) ya kovenanti ya kimataifa ya haki za kiraia na kisiasa (International Covenant on Civil and Political Rights) ambazo pamoja na Tamko (UDHR) zinaunda muswada wa kimataifa wa haki za binadamu, i.e. International Bill of Human Rights[80].

Kama tulivyotafakari, haki za raia kutoka haki za binadamu hadi haki za kijamii zinatokana na sheria ya kimataifa. Na ni chini ya misingi hiyo pia kwamba mkataba wa Kiafrika wa haki za binadamu na watu, (i.e. African Charter on Human and Peoples' Rights—ACHPR)[81], ulizinduliwa. Kwa hiyo, kama tulivyosisitiza tangu mwanzo, dhima ya serikali ni kuheshimu, kulinda, na kutekeleza haki hizi kulingana na kanuni za sheria ya kimataifa ambayo huzitawala.

Vinginevyo, haki za binadamu sharti zimkinge raia dhidi ya mwenendo wa serikali wenye uwezo wa kuathiri haki zake za msingi ikiwemo demokrasia. Kukiukwa kwa haki za binadamu mara nyingi hutanguliwa na raia kupoteza uhuru wa kidemokrasia. Kwa hiyo, ikiwa kupuuzwa kwa uhuru huu kunaweza kusababisha kuvunjika kwa amani, kuitishia, au kusababisha uvunjwaji wa haki za binadamu uliokithiri, kamati ya

---

[80]Tazama: A. The International bill of human rights—OHCHR.
[81]Tazama: African Charter on Human and Peoples' Rights.

usalama ya Umoja wa Mataifa, i.e. United Nations Security Council (UNSC), kwa mujibu wa madaraka yake chini ya Sura ya VII, inaweza kuamua hatua gani zichukuliwe kudhibiti hali hiyo[82].

Kamati ya usalama (SC) ni moja ya ogani kuu sita za mfumo wa Umoja wa Mataifa[83]. Wajibu wake muhimu ni kuhifadhi amani na usalama wa ulimwengu[84]. Na ni kamati ya usalama iliyo na madaraka ya kuamuru hatua za kiutekelezaji (enforcement measures). Sambamba na hilo, kamati ya usalama (SC) pia: hupendekeza memba wapya kwa baraza kuu (General Assembly—GA); huidhinisha mabadiliko kwenye mkataba wa Umoja wa Mataifa; hupitisha rezolusheni-jalidi; huamuru misheni za ulinzi wa amani ulimwenguni; hupendekeza uteuzi wa katibu mkuu kwa baraza kuu (GA), na pamoja na baraza kuu huchagua majaji wa mahakama ya kimataifa ya haki, i.e. International Court of Justice (ICJ); hutumia madaraka ya udhamini ya Umoja wa Mataifa katika maeneo-nyeti ("strategic areas"); huandaa utaratibu wa kurekebisha zana za kivita ulimwenguni; huyataka mataifa ya Umoja wa Mataifa kuweka vikwazo vya kiuchumi na hatua nyingine zisizo za kijeshi kwa lengo la kuzuia au kukomesha uchokozi; huamuru matumizi ya nguvu za kijeshi dhidi ya mhalifu wa uchokozi[85].

Memba wa kudumu wa kamati ya usalama (P5) ni mataifa makuu yaliyokuwa mstari wa mbele wakati wa Vita vya Pili vya Ulimwengu. Baada ya ushindi, mkataba wa Umoja wa Mataifa ulifanya mataifa haya kuwa memba wa kudumu yakiwa na madaraka ya kura ya turufu (veto power). Maamuzi yote mengine ya kamati ya usalama hufanywa

---

[82]Chini ya Kifungu 39, kamati ya usalama (SC) hupima tishio lolote dhidi ya amani, uvunjwaji wake, au uchokozi, na kufanya mapendekezo au uamuzi sambamba na Vifungu 41 na 42.
[83]Sura ya III, Kifungu cha (7)(1). Madaraka ya kamati ya usalama (SC) yamo katika Sura: VI, VII, VIII na XII ya mkataba wa Umoja wa Mataifa (rejea tiniwayo ya 74).
[84]Tazama madhumuni ya Umoja wa Mataifa Kifungu cha 1(1).
[85]Tazama: Functions and Powers | United Nations Security Council; na video fupi: What is the Security Council? (Explainer) [EAGLE/005]. Kielelezo ukurasa wa 64: Moja ya vikao vya kamati ya usalama (SC) 2014.

MAMLAKA YA JAMII YA ULIMWENGU
OGANI KUU ZA UMOJA WA MATAIFA
SURA YA III: 7(1)

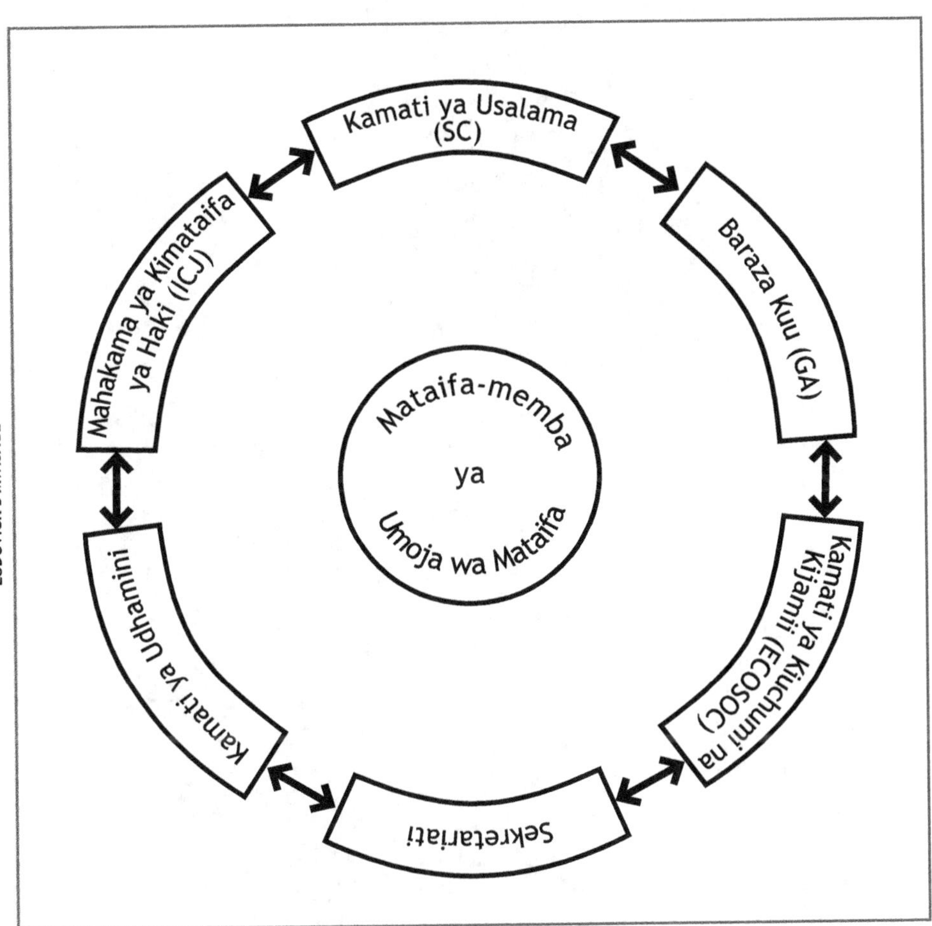

TAZAMA PIA: WHAT IS THE SECURITY COUNCIL? (EXPLAINER)
HISANI: U.S. DEPARTMENT OF STATE

kwa kura za wajumbe tisa, zikiwemo kura za wajumbe wa kudumu wanaounga mkono, na ilimradi maamuzi chini ya Sura ya VI, na chini ya aya ya 3 ya Kifungu cha 52, taifa linalohusika na mgogoro halipigi kura[86].

Kwa vyovyote vile, katika kuhifadhi amani na usalama wa ulimwengu hatua ambazo kamati ya usalama huchukua huzichukua kwa niaba ya mataifa-memba ya Umoja wa Mataifa[87].

Kamati ya usalama ilifanya kikao chake cha kwanza Januari 17, 1946, nchini Uingereza katika jengo la Church House, Westminster, London. Wakati huo ilikuwa na memba kumi na moja. Watano kati ya hawa walikuwa memba wa kudumu: jamhuri ya China, Ufaransa, Muungano wa jamhuri za kisoshalisti za Kisovieti, Uingereza na Amerika, i.e. P5.

Memba sita wasio wa kudumu walichaguliwa (na bado wanachaguliwa) na Baraza kuu (GA) kwa kipindi cha miaka miwili. Mabadiliko kwenye mkataba wa Umoja wa Mataifa, yaliyokuja kwenye matumizi Agosti 31, 1965, yaliongeza idadi ya memba wa kamati ya usalama (SC) kuwa kumi na tano—ongezeko la memba wanne wasio wa kudumu. Memba hawa huchaguliwa kwa kuzingatia sifa zinazotamkwa na Kifungu cha 23(1) cha mkataba wa Umoja wa Mataifa[88].

Lakini yalikuwepo mabadiliko pia miongoni mwa memba wa kudumu wa kamati ya usalama[89]. Mathalani, 1971 jamhuri ya watu wa China, i.e. People's Republic of China (PRC), ilichukua kiti cha Jamhuri ya China, i.e. Republic of China (ROC), ambayo ilikuwa moja ya mataifa ya mstari wa mbele katika Vita vya Pili vya Dunia; na moja ya mataifa

---

[86]Kifungu cha 27(3) Sura ya V.
[87]Kifungu cha 24(1) Sura ya V,
[88]Tazama, United Nations Charter: Amendments to Articles 23, 27, 61, 109—the United Nations
[89]Kuna mjadala wa memba wa kudumu wa kamati ya usalama (SC) kuongezwa kulingana na hali ya karne ya 21: *The Economist*, Nov. 20, 2004, uk.28 & GA/12288 16 NOV 2020. Ili mabadiliko katika Mkataba yawezekane, tazama: Chapter XVIII: Amendments (108-109) I United Nations.

ya mwanzo ya Umoja wa Mataifa (UN)[90]. Na 1991 Shirikisho la Kirusi, i.e. Russian Federation, lilichukua kiti kilichokuwa cha Muungano wa jamhuri za kisoshalisti za Kisovieti[91]. Tangu kikao cha kwanza nchini Uingereza, kamati ya usalama ilichukua makazi ya kudumu kwenye makao makuu ya Umoja wa Mataifa (UN), New York, Amerika[92].

Kwa muhtasari, hatua za kuhifadhi amani na usalama wa ulimwengu huchukuliwa chini ya Sura ya VII ya mkataba wa Umoja wa Mataifa. Kifungu cha 2(7) hakiruhusu Umoja wa Mataifa kuingilia masuala ya ndani ya taifa jingine; jambo linalosisitizwa na juzuu kwenye azimio la mahusiano ya kirafiki la baraza kuu la 1970, i.e. Friendly Relations Declaration (UN General Assembly 1970). Lakini kifungu hiki hakizuii hatua za kiutekelezaji (enforcement measures) zinazoweza kuchuku-

---

[90]Baada ya kuwa koloni la Wadachi kwa kipindi kifupi (1624–1661), Taiwan ilitawaliwa na China chini ya nasaba ya Qing (1683–1895). Kunako mwanzoni mwa karne ya kumi na saba, wahamiaji kutoka China walianza kuhamia kisiwani Taiwan kutokana na ugumu wa maisha au kukimbia misukosuko nchini China. Wahamiaji hawa walikuwa Wachina wenye asili ya Hoklo kutoka Fujian (Fukien), au wenye asili ya Hakka kutoka eneo la Guangdong. Idadi kubwa ya raia wa Taiwan inatokana na vizazi vya jamii hizi mbili. 1895 baada ya Japan kushinda vita vya kwanza juu ya udhibiti wa Korea, serikali ya Qing ililazimika kuachia Taiwan kwa Japan. Japan ilipojisalimisha baada ya kushindwa Vita vya Pili vya Ulimwengu na kuachia udhibiti wa jimbo ililokuwa ikilidhibiti, China ilianza kutawala Taiwan kwa ridhaa ya mataifa makuu ambayo yalikuwa mstari wa mbele katika vita hivyo, hasa Uingereza na Amerika. Katika miaka iliyofuata majeshi ya Chiang kai-chek, aliyekuwa kiongozi wa China, yalilemewa na majeshi ya kikomunisti ya Mao Zedong. Chiang kai-chek na serikali yake ya Kuomitang (KMT) iliyosalia (na raia 1.5m) walikimbilia Taiwan 1949. Huko, walifahamika kama Wachina kutoka bara. Na ingawa Wachina wa bara walikuwa asilimia 14 ya raia wa Taiwan, chama chao, Kuomitang, kilihodhi siasa za Taiwan kwa kipindi kirefu. Siyo hilo tu, bali jamhuri ya China (ROC), ilibaki na kiti chake cha kudumu kwenye kamati ya usalama (SC). Oktoba 25, 1971, kwa Rezolusheni 2758 ya baraza kuu (GA), Umoja wa Mataifa ulitambua jamhuri ya watu wa China (PRC) kama mwakilishi halali wa watu wa China. Jamhuri ya China (ROC); yaani Taiwan; haikuwa tena memba wa Umoja wa Mataifa; na, kwa njia hii, jamhuri ya watu wa China (PRC) ilichukuwa kiti cha jamhuri ya China (ROC) katika kamati ya usalama (SC). Beijing inadai kwamba Taiwan ni jimbo lake lililojitenga ambalo inasema italirejesha chini ya hakimiya yake. Lakini Taipei inakanusha madai haya. Inasema Taiwan siyo jimbo la jamhuri ya watu wa China (PRC), bali jimbo lenye haiba ya kitaifa na hakimiya yake: What's behind China-Taiwan divide? BBC [MFUMO WA TAIFA/023&034].
[91]Rejea tanbihi ya 78.
[92]Kamati ya usalama (SC) iliwahi kufanya vikao vyake katika miji mingine duniani. Kwa mfano, Addis Ababa, Ethiopia, 1972, Panama City, Panama, na Geneva, Uswizi, 1990: Nordic Countries and Security Council–Unric.org. Kila memba wa kamati ya usalama (SC) hupashwa kuwa kwenye makao makuu ya Umoja wa Mataifa wakati wote endapo kamati ya usalama italazimika kuwa na kikao wakati wowote. Rejea: What is the Security Council? (Explainer) [EAGLE PRESS IVS/005].

liwa na kamati ya usalama chini ya Sura ya VII. Kadhalika, kifungu 2(7) hakizuii jamii ya kimataifa kuzipa ulinzi jamii zinazokabiliwa na hatari ya uhalifu-ovu wa kaumu, kama, kwa mfano, uhalifu wa kivita; uhalifu dhidi ya ubinadamu; utakaso wa kimbari na mauaji ya halaiki.

Wakati wa mkutano wa kilele wa kimataifa (World Summit Outcome) kwenye makao makuu ya Umoja wa Mataifa (UN), New York, kati ya Septemba 14 na Septemba 16, 2005, wakuu wa mataifa na viongozi wa serikali walitoa Hati, i.e. Document, yenye vifungu juu ya Wajibu wa Kuhami (Responsibility to Ptotect—R2P). Chini ya R2P, ikidhihirika kwamba taifa limeshindwa kuwapa raia ulinzi walio chini ya hakimiya yake dhidi ya uhalifu huo, wajibu huo hugeuka wa jamii ya kimataifa, i.e. Umoja wa Mataifa[93]. Nguzo tatu za kanuni ya R2P zinafafanua viwango vya wajibu huu.

Nguzo ya kwanza, i.e. Pillar I, inatilia mkazo wajibu wa taifa kuhami watu walio ndani ya mipaka yake. Nguzo ya pili (Pillar II) inafafanua msaada wa kimataifa na ujenzi wa uwezo.

Nguzo ya tatu (Pillar III) inasisitiza wajibu wa kimataifa kutumia njia za kidiplomasia, huduma za kibinadamu, njia za amani, au kuchukua hatua pamoja, i.e. collective action, ili kuhami raia ikiwa itadhihirika kwamba taifa limeshindwa kutimiza wajibu wake[94].

Ni katika mazingira hayo kwamba Aprili 28, 2006, kamati ya usalama (SC) ilitilia mkazo rezolusheni yake 1265(1999) na 1296(2000) juu ya kuhami raia wakati wa malumbano ya silaha; rezolusheni zingine juu ya watoto na malumbano ya silaha na juu ya wanawake; usalama na amani, na vile vile rezolusheni yake 1631(2005) juu ya ushirikiano kati

---

[93]Tazama video fupi (Youtube.com), R2P: "Leaders would no longer sit without taking action" [Tanzania: MFUMO WA TAIFA/024].
[94]Tazama pia Kifungu cha 138 na 139: A/RES/60/1 2005 World Summit Outcome—the United Nations.

ya mashirika yaliyo kwenye majimbo na Umoja wa Mataifa katika kuhifadhi amani na usalama wa dunia na kuhakikisha heshima ya, na ufuatiliaji wa rezolusheni hizi. Kamati ya usalama (SC) pia ilisisitiza umuhimu wa kuzuia migogoro ya malumbano ya silaha; na pia kuizuia isiiibuke upya baada ya kusuluhishwa pamoja na demokrasia na maendeleo kama njia ya kuzuia migogoro ya malumbano ya silaha[95].

Kwa vyovyote vile, hakimiya siyo madhubuti *per se* kwa kuwa kanuni ya R2P inaondoa kinga ya taifa kutoingiliwa ikiwa ulazima wa kufanya hivyo utajitokeza chini ya mazingira tuliyotafakari.

Kanuni ya Wajibu wa Kuhami, i.e. R2P, inaegemea kwenye dhana ya hakimiya ya taifa, i.e. state sovereingty. Kwa hiyo, haki za binadamu, amani, usalama, maendeleo-himilivu, na ustawi wa jamii ni masuala-kiini ambayo hujalidi wananchi na hakimiya ya taifa lao.

Kuna mjadala unaoibuka mara kwa mara kwamba huenda utekelezaji wa kanuni hii ukatumiwa vibaya. Mjadala huu ulipamba moto baada ya R2P kutekelezwa nchini Libya; na ulisababisha mgawanyiko kwenye kamati ya usalama (SC) baada ya mgogoro mwingine kuibuka nchini Syria. Kadhalika, hoja kuwa huenda kanuni hii ikatumiwa kudhoofisha hakimiya za nchi zinazoendelea ilisikika pia.

Lakini ukweli ni kwamba, taasisi za kisiasa na mifumo ya kijamii ya nchi changa ni changa kutokana na uchanga wa nchi zenyewe. Hali hii inaeleza udhaifu wa hakimiya za nchi nyingi zinazoendelea—hasa nchi za Kiafrika zilizo kusini mwa Jangwa la Sahara.

Kwa upande mwigine, uzinduzi wa Umoja wa Mataifa (UN) ulipunguza hatari ya vita vikuu baina ya mataifa. Badala yake, migogoro-haribifu inazidi kuibuka katika nchi changa. Kama tutakavyotafakari baadaye,

---

[95]Kwa tafakuri jadidi tazama: S/RES/1674 (2006) Security Council—the United Nations.

kuna sababu mbalimbali zinazochangia migogoro hii. Lakini, kwa sasa, inatosha kusema kuwa taasisi asili za taifa zikidhoofika watu ambao huzitegemea hudhurika sana. Hii inamaanisha viunzi vya mpangilio wa kijamii vyenye fokasi ya kufanikisha mahitaji ya kijamii vikidhoofika, ombwe la udhoofu huo huathiri watu wa kawaida kwa kiasi kikubwa.

Kwa hiyo, ni wazi kwamba nchi changa ndizo zinahitaji zaidi kanuni ya R2P kuliko mataifa ya demokrasia za Kimagharibi yaliyo na taasisi imara za kisiasa na mifumo thabiti ya kijamii.

Kuna kanuni ambayo taifa au kikundi cha mataifa hutumia kuhalalisha matumizi ya nguvu katika taifa jingine; lakini bila taifa linaloingiliwa kuridhia; kwa madhumuni ya kuhami raia wa taifa linaloingiliwa dhidi ya uhalifu-ovu wa kaumu (humanitarian intervention)[96]. Kanuni hii pia inachangia mjadala huo kwa kuwa wakati mwingine haitofautishwi na kanuni ya Wajibu wa Kuhami (R2P).

Lakini kanuni hizi mbili zinahitilafiana. Kanuni ya R2P huidhinishwa na kamati ya usalama (SC) wakati kanuni nyingine hutokana na msingi wa kibinadamu wa taifa kutoruhusu uovu katika taifa jingine kusimama.

Labda tu likiwa janga la kibinadamu (humanitarian catastrophe), taifa kuingilia jingine bila idhini ya SC ni kinyume cha sheria ya kimataifa.

Kabla ya kuundwa kwa Umoja wa Mataifa (UN); na, kwa maana hiyo, kabla dunia haijashuhudia hali na upeo wa ukatili wa kutisha dhidi ya ubinadamu wakati wa Vita vya Pili vya Ulimwengu, dhana iliyotawala

---

[96]Taifa kuingiliwa kwa msingi wa kibinadamu siyo sawa na taifa kupewa msaada wa kibinadamu (humanitarian assistance). Msaada wa kibinadamu hufuatia taifa linaloupokea kuridhia. Wakati wa malumbano ya kimataifa ya silaha (IAC), pande zote huwajibika chini ya kanuni za sheria ya kimataifa ya kibinadamu (IHL) kuruhusu kusambazwa kwa misaada ya kibinadamu kwa kila mmoja bila kujali kama ni adui wa taifa au la. Katika mazingira ya namna hii taifa siyo lazima liridhie misaada ya kibinadamu kusambazwa nchini mwake. Kwa maneno mengine, kusambaza misaada ya kibinadamu bila taifa kuridhia siyo kinyume cha sheria ya kimataifa: (Nicaragua v United States of America ICJ Rep 1986, 242).

masuala ya usalama na amani iliegemea zaidi kwenye taifa na hadhi ya jimbo lake, kama, kwa mfano, inavyoainishwa kwenye mkataba wa Westphalia wa 1648[97]. Lakini Tamko, i.e. UDHR, linaweka fokasi kwa familia yote ya binadamu kuliko taifa lenyewe. Kwa hiyo, hoja kuwa usalama na amani ni juu ya masuala-kiini ambayo hujalidi wananchi na hakimiya ya taifa lao inaweza kusimama.

Kuna dhana kwamba "vita havina macho". Matumizi ya nguvu hubeba hatari za kila namna kwa kila mmoja: wapiganaji na watu wasiohusika na mzozo huweza kuuawa; raia huweza kupoteza makazi yao na kwa hiyo kuwa wakimbizi ndani au nje ya taifa lao. Kwa maneno mengine, usalama wa binadamu[98] huenda usiboreke baada ya taifa kuingiliwa.

Lakini changamoto za namna hii hutokea pia bila taifa kuingiliwa na jingine. Migogoro-haribifu imeonyesha kusababisha hali hii licha ya taifa-athirika kutoingiliwa na nguvu za nje. Kwa vyovyote vile, hatua iliyochukuliwa kwa mujibu wa sheria na hatua iliyochukuliwa kwa kuwa ni ya kibinadamu na busara vitaendelea kuwa mjadala katika uhusiano wa kimataifa. Hii ni kwa kuwa, kuna tofauti taifa kuingiliwa kwa lengo la kutekeleza nia ya pamoja, na taifa kuingiliwa kwa kuwa taifa linaloingilia jingine linasukumwa na masilahi yake.

Kwa vyovyote vile, matumizi ya nguvu kama yanavyoainishwa kwenye nguzo ya tatu, i.e. Pillar III, sharti yaidhinishwe na kamati ya usalama (SC) baada ya kudhihirika kuwa taifa limeshindwa kuwapa raia wake

---

[97]Uliomaliza miaka 30 ya vita barani Ulaya. Uasi wa 1618 dhidi ya Habsburg (moja ya nasaba kuu ya hakimiya za Ulaya kati ya karne 15-20: House of Habsburg I Rulers, Motto, History, Map & Inbreeding) huko Bohemia (nchi ya kihistoria ya Ulaya ya Kati na ya kifalme katika Himaya Takatifu ya Kirumi na kisha jimbo katika Austria ya Habsburg: Bohemia I History, Location & Facts I Britannica) ulizua migogoro juu ya katiba ya Himaya Takatifu ya Kirumi, dini, na mfumo wa taifa wa Ulaya. Mkataba Westphalia (eneo kaskazini-magharibi mwa Ujerumani) ulitiwa saini Oktoba 1648, Münster (Ujerumani): Peace of Westphalia (1648), Anuschika Tischer, Oxford.
[98]Usalama wa binadamu (human security) ni muono unaoweka umuhimu wa usalama wa kitaifa na kimataifa kwa binadamu wenyewe na muingiliano wao tata wa kiuchumi na kijamii (Catia Gregorrati): Human Security I Political Science I Britannica.

ulinzi na baada ya njia zote za amani kushindwa. Mbali na hayo, kuna mambo ambayo pia hufikiriwa kabla nguvu haijatumika. Mathalani, uwezekano wa mafanikio ya matumizi ya nguvu hupimwa. Kadhalika, mafanikio hupimwa dhidi ya madhara; na uharibifu mwingi huepukwa. Nguzo tatu za R2P tulizozungumzia mapema zinaweka bayana nini taifa lifanye kuhami raia wake dhidi ya uhalifu-ovu wa kaumu. Kuna dhana kwamba, "kukinga ni bora kuliko kutibu".

Kunako mwishoni mwa karne ya ishirini, fokasi ya jamii ya ulimwengu ilielekezwa zaidi katika kuzuia uhalifu-ovu wa kaumu usitokee na pia kuchukua hatua mahsusi ukitokea. Mauaji ya kimbari yaliyoshuhudiwa nchini Rwanda[99] yalionyesha ulazima wa jamii ya ulimwengu kufanya hivi—kwa haraka. Hata hivyo, hakuna fomyura ya kutabiri janga la uhalifu-ovu wa kaumu; ingawa kama kifungu cha 138 cha matokeo ya

---

[99]Kunako 1300 Watutsi [Wahamitiki kutoka kaskazini] waja Rwanda iliyokaliwa na Wahutu na Watwa. Kwenye 1600 Mfalme Ruganzu Ndori (Mtutsi) adhibiti Rwanda ya kati na maeneo jirani ya Wahutu. Mwishoni mwa 1800 Mfalme wa Kitutsi Kigeri Rwabugiri aunganisha Rwanda chini ya muundo wa kati wa kijeshi. 1890 Rwanda yawa sehemu ya miliki ya Kijerumani ya Afrika Mashariki. 1916 majeshi ya Kibelgiji yakalia Rwanda. 1923 Ligi ya Mataifa yaipa Ubelgiji jukumu la kusimamia Ruanda-Urundi. Ubelgiji yatawala kupitia wafalme wa Kitutsi. 1946 Ruanda-Urundi yawa jimbo la udhamini la Umoja wa Mataifa (UN) chini ya uangalizi wa Kibelgiji. 1957 Wahutu wadai sauti zaidi katika mfumo wa madaraka kulingana na wingi wao. Vyama vyenye sera hii vyaundwa. 1959 machafuko ya kimbari yapeleka Mfalme Kigeri V uhamishoni nchini Uganda akifuatana na maelfu ya Watutsi. 1961 Rwanda yawa jamhuri. 1962 Rwanda yajitawala chini ya Grégoire Kayibanda kutoka jamii ya Kihutu. Watutsi wengi waondoka. 1963 Watutsi wapatao 20,000 wauawa kufuatia jaribio la Watutsi kuvamia Rwanda kutoka nchini Burundi. 1973 Rais Kayibanda aangushwa na Juvénal Habyarimana. 1990 wapiganaji wa Rwanda Patriotic Front (RPF), wengi wao wa jamii ya Kitutsi, wavamia Rwanda kutoka nchini Uganda. 1991 katiba ya vyama vingi yazinduliwa. 1993 Habyarimana asaini makubaliano ya kugawanya madaraka kati ya serikali yake na Watutsi mjini Arusha, Tanzania. Umoja wa Mataifa (UN) yatuma misheni nchini Rwanda kufuatilia makubaliano hayo ya amani (Rwanda Profile—Timeline—BBC). Aprili 1994 Wahutu wenye msimamo wa kupindukia, Interahamwe (washambuliao pamoja), waanza mauaji ya kimbari dhidi ya Watutsi—lakini pia dhidi ya Wahutu wenye msimamo wa wastani—kufuatia kifo cha Habyarimana katika ndege iliyoshambuliwa kwenye anga la Rwanda wakati huo. Katika siku 100 watu wapatao 80,000 wauawa kikatili wengi wao wa jamii ya Kitutsi (Rwanda genocide: 100 days of slaughter, BBC). Julai 1994 wapiganaji wa RPF waingia mji mkuu, Kigali; wazima mauaji ya kimbari; serikali ya umoja wa kitaifa chini ya Pasteur Bizimungu wa jamii ya Kihutu yaundwa. Aprili 17, 2000, Paul Kagame wa jamii ya Kitutsi achaguliwa na Bunge kuwa Rais (42. Rwanda (1962—present) UCA. Wahutu waliochochea mauaji ya kimbari wakimbilia nchini Zaire (Kongo-K) wakiambatana na wakimbizi milioni 2 kutoka jamii ya Kihutu (rejea Rwanda Profile-BBC). Serikali ya Rwanda inashauri raia wake watambuane kwa utaifa wao badala ya jamii zao.

mkutano wa kimataifa (World Summit Outcome) kinavyoonyesha[100], mataifa sharti yashirikiane na Umoja wa Mataifa katika jitihada yake kuweka utaratibu wa kubaini mapema viashiria vya uhalifu huo.

Asili ya migogoro ya ulimwengu hutofautiana kutoka taifa moja hadi jingine, jambo ambalo huweza kuwa na changamoto zake wakati wa kutekeleza R2P. Lakini kama tulivyotafakari mapema, changamoto za namna hiyo siyo lazima zitokane na utekelezaji wa kanuni hii, bali pia huweza kuwa sehemu ya mzozo wenyewe wa kitaifa kama mfano wa Libya (na kwingineko) ulivyodhihirisha.

Katika moja ya mikutano yake ya hadhara, John Pombe Magufuli, Rais wa awamu ya tano, alishangaza wasikilizaji wake kwa madai kwamba maasi yaliyozikumba nchi za Kiarabu yalitokana na uchonganishi wa mataifa ya nje. Magufuli aliendelea kudai kuwa "wachonganishi" hao "hawapendi kuona Tanzania ikiwa na amani"; na kwa hiyo wanatumia kisingizio cha demokrasia "kuvuruga" nchi zingine: "Demokrasia yetu inatutosha"[101], alisema Magufuli akionyesha kukerwa.

Maelezo ya Magufuli yalilipotosha taifa. Siyo hilo tu, bali demokrasia haitetewi au kulindwa kwa namna inayoidhuru—kama ilivyoshuhudiwa wakati wa Magufuli na awamu zilizotangulia yake. Isitoshe, kwa kuwa Tanzania haina tena muundo unaowezesha mfumo wake kufuka bila kuingiliwa na mtawala kwa faida yake; au kwa manufaa ya tabaka la wateule wachache; au kwa manufaa ya chama chao, CCM, ambacho, kwa zaidi ya nusu karne sasa kimehodhi Tanzania na utajiri wake bila kujali maoni ya wengi au masilahi yao, demokrasia ya kiliberali ndiyo valuvu salama inayowezesha mfumo kufuka ili kukidhi hali ya kisiasa, kijamii, kiuchumi, na kiutamaduni, inayobadilika kulingana na wakati.

---

[100]Rejea tiniwayo ya 94.
[101]Tazama video: Raisi (*sic*) Magufuli awataja waliomuua Gadafi (*sic*) wa Libya II Demokrasia yetu inatutosha [Tanzania: MFUMO WA TAIFA/027].

John Pombe Magufuli (pichani) alidai kwamba "demokrasia yetu inatutosha". Lakini demokrasia haitetewi au kulindwa kwa namna inayoidhuru kama ilivyoshuhudiwa alipokuwa madarakani (Novemba 5, 2015—Machi 17, 2021).

Teknolojia ya habari imehamisha madaraka kutoka kikundi cha watu wachache na kuyaweka mikononi mwa wengi. Isitoshe, ulimwengu wa leo umebadilika katika muktadha wa teknolojia ya kuimarisha uchumi na usalama wa dunia. Mambo haya, kati ya mengine, yamekipa kizazi kipya muono mpana wa ulimwengu na kurahisisha mawasiliano baina ya wanajamii. Kama Magufuli alikuwa na mambo haya fikirani mwake, basi huenda yalichangia kwa namna fulani maasi hayo; lakini kamwe haukuwa "uchonganishi" wa mataifa ya nje! Machafuko yaliyoikumba dunia ya Kiarabu yalikuwa ya ndani na yalianzia nchini Tunisia.

Huko, kijana muuza mboga, Mohamed Bouazizi, 26, alijichoma moto Desemba 17, 2010, katika mji wa Sidi Bouzid kwa madai kuwa askari wa mji walimzuia asifanye biashara yake. Alilalamika kwa gavana wa eneo la tukio bila mafanikio. Baadaye, siku hiyo, Bouazizi alijichoma moto nje ya ofisi ya gavana huyo. Alifariki Januari 4, 2011, kutokana na majeraha yake[102]. Kifo chake kilihamasisha maandamano ya kiraia nchini humo kupinga kugandamizwa, rushwa, na umasikini. Ulikuwa mwanzo wa mapinduzi ya yasimini (Jasmine Revolution); mapinduzi yaliyofahamika baadaye kama chipuko la Kiarabu, i.e. Arab Spring[103]. Watu wapatao 300 waliuawa katika machafuko yaliyofuata na ambayo yalilazimisha kiongozi wa taifa hilo Zine al-Abidine Ben Ali kukimbilia nchini Saudi Arabia. Kuanguka kwake kulitia moyo wanaharakati wa

---

[102]Tazama: Mohamed Bouazizi I Tunisian street vendor and protester I Britannica.

[103]Neno "Arab spring", lina historia katika mapinduzi ya Ulaya ya 1848—ambayo pia yalifahamika kama chipuko la watu, au People's Spring (tazama: Arab Spring—HISTORY). Tangu wakati huo, neno hili limetumiwa kueleza harakati za kudai uhuru wa kidemokrasia kama, mathalani, chipuko la Czechoslovakia la 1968 (tazama: Czechoslovak History—The Prague Spring of 1968 I Britannica). Vyombo vya habari vya mataifa ya Kimagharibi vilianza kutumia neno "Arab Spring" 2011. Na ingawa siyo maasi yote ya chipuko la Kiarabu ("Arab Spring") yalifanikiwa, kwa ujumla yalitanua wigo wa kidemokrasia na uhuru wa kiutamaduni. Vinginevyo, kuna wanaolinganisha wimbi la maasi ya Arabuni na wimbi la 1989 la maasi ya kiraia katika mataifa ya kikomunisti ya Ulaya ya Mashariki. Huko, mifumo-dhalimu ya udikteta wa kiitikadi pia iliangushwa kwa nguvu ya umma. Ramani za nchi nyingine zilichorwa upya. Rushwa, umaskini wa kukithiri, na matumizi ya kijinai ya madaraka ya kisiasa na nguvu za dola hatimaye vilifichuka. Mpaka sasa baadhi ya mataifa ya huko bado yanachechemea kijamii na kiuchumi kutokana na kudhoofishwa kwa muda mrefu na mifumo ya kisiasa yaliyojivua 1989.

Waandamanaji wa mapinduzi ya yasimini nchini Tunisia wakiinua bango linalodai uhuru wa raia wa taifa hilo. Mafanikio yao yaliwasha cheche za kudai uhuru kwingineko Afrika Kaskazini na Arabuni.

kidemokrasia kwenye nchi zingine huko Afrika Kaskazini na Arabuni nao pia kudai mabadiliko ya kisiasa nchini mwao.

Hosni Mubarak wa Misri, madarakani kwa miaka 30, alikuwa kiongozi wa pili kuachia madaraka Februari 11, 2011, kufuatia muendelezo wa maasi ya kiraia yaliyoanzia Tunisia. Kamati ya maofisa wandamizi wa kijeshi (Supreme Council of Armed Forces—scaf), ilichukua madaraka ya Rais mpaka Juni 2012 Mohamed Morsi alipoingia madarakani (Morsi aliangushwa na jeshi, Julai 3, 2013, kufuatia maandamano mengine ya kiraia kupinga sera zake). Mubarak alitiwa hatiani kwa mauaji ya watu 846 yaliyotokea wakati wa ghasia zilizomuondoa madarakani, ingawa hukumu hiyo ilitenguliwa baadaye[104].

Huko Libya, maandamano yalianza Februari 15, 2011, mjini Benghazi, baada ya Fethi Tarbel kukamatwa[105]. Waandamanaji walitaka kufahamishwa ukweli juu ya ndugu zao waliouawa kijumla kwenye gereza la Abu Salim mjini Tripoli. Waandamanaji pia waliitaka serikali iwaachie wafungwa wote wa kisiasa na kumtaka Kanali Muammar Gaddafi, 68, madarakani kwa miaka 42, aondoke madarakani. Haikuchukua muda maandamano kuibuka katika miji mingine ya Libya na hatimaye kufika mji mkuu wa nchi hiyo, Tripoli.

Wakati hayo yakijiri na mji wa Benghazi tayari ukiwa mikononi mwa waandamanaji, utawala wa Gaddafi uliofahamika kuwa wa kikatili[106] ulizidi kutumia nguvu nyingi dhidi ya waandamanaji. Majeshi ya ulinzi na usalama na vikosi vya mamluki vilianza kushambulia waandamanaji kwa risasi, vifaru, na kutoka angani kwa kutumia ndege za kivita na

---

[104]Tazama, Arab uprising: Country by country—Egypt—BBC News.
[105]Fethi Tarbel ni mwanasheria aliyekuwa anaratibu malalamiko ya watu waliopoteza jamaa zao katika gereza la Abu Salim mjini Tripoli. Kulingana na mashirika ya kutetea haki za binadamu duniani, wazuiwa wapatao 1,200 waliuawa kijumla katika gereza hilo—Libya: June 1996 Killings at Abu Salim Prison I Human Rights Watch, June 27, 2006
[106]Tazama makala ya Tarik Kafala: Gaddafi's quixotic and brutal rule I BBC News (20 October 2011).

helikopta zenye silaha[107]. Matumizi ya nguvu ya kupindukia yalibadili maandamano kuwa malumbano ya silaha yaliyolenga kung'oa dikteta huyo madarakani kwa nguvu. Mgogoro ulichukua sura mpya.

Katika hatua hii, Gaddafi alitaka ifahamike kuwa angesaka wapinzani wake kama panya: mtaa kwa mtaa; nyumba kwa nyumba; kichochoro kwa kichochoro; na, kwamba: "tutatembea kwa mamilioni kuitakasa Libya"[108]. Tamko hili lilikuwa la nia na lililenga kuchochea uhalifu-ovu wa kaumu kinyume cha sheria ya kimataifa tuliyoijadili mapema.

Na ni kwa sababu hiyo kwamba Machi 17, 2011, kamati ya usalama ilipitisha rezolusheni[109] iliyopiga marufuku ndege kutorushwa kwenye anga la Libya na pia kuidhinisha hatua zote za lazima kuchukuliwa ili kuhami raia nchini humo dhidi ya tishio wazi la uhalifu-ovu wa jumla.

Bila uwezo wa kurusha ndege zake za kijeshi kushambulia wapinzani, au kuwasaka *"zenga zenga"*, i.e. kichochoro kwa kichochoro, Gaddafi alikimbia kuelekea mji wa Sirte. Hakufika huko hasa. Badala yake, alijihifadhi katika mtaro baada ya msafara wake kushambuliwa na ndege za kijeshi za umoja wa kujihami wa mataifa ya Magharibi, i.e. NATO. Ndege hizo zilikuwa nchini Libya kwa mujibu wa rezolusheni ya kamati ya usalama tuliyoitaja katika aya ya tatu, ukurasa huu.

Ilikuwa Oktoba 20, 2011, Gaddafi alipotiwa mbaroni na wapiganaji wa kamati ya kitaifa ya mpito, i.e. National Transitional Council (baada ya Gaddafi kujikokota kutoka mtaroni), na kisha kumuua kikatili[110]. Kwa nini dikteta huyo ajaribu kutoroka watu waliokuwa wanamsaka kwa udi na uvumba akisindikizwa na msafara wa magari labda ni swali ambalo Gaddafi mwenyewe alijiuliza katika dakika ya mwisho ya uhai

---

[107]Tazama: Libya Revolt of 2011 I History, War, Timeline & Map I Britannica.
[108]Gaddafi: The Endgame I State of Denial I Featured Documentaries [Tanzania: MFUMO/028].
[109]S/RES/1973 (2011) I United Nations Security Council.
[110]Tazama: Gaddafi caught like a "rat" in a drain, humiliated and shot I Reuters.

Kwa miongo minne Kanali Muammar Gaddafi (pichani) alitumia hofu kama silaha ya kutawala raia wa taifa lake; raia waliomuua baada ya kumbamba Oktoba 20, 2011.

wake. Katika hotuba tuliyoizungumzia mapema, Magufuli alidai kuwa Libya ilikuwa nchi ya amani hadi ilipoingiliwa na jamii ya ulimwengu. Tumetafakari kwa ufasaha mazingira ambayo hujenga na kuimarisha amani yakoje. Kwa zaidi ya miaka arobaini, Gaddafi alitawala Libya kwa kujiweka nje ya taifa la kisheria na kupotosha mamlaka ya umma yafanyayo taifa kwa kisingizio cha kutekeleza falsafa yake kama ilivyo kwenye kitabu chake cha kijani (Green Book)[111]. Lakini hakuna sababu kwa nini "falsafa" yake haikupata ridhaa ya raia wa Libya na kwa njia hiyo kupata uhalali wa kidemokrasia kama ilivyostahili[112].

Mtawala aliye na mustakabali wa taifa lake moyoni lazima huzingatia kwamba hawezi kutawala taifa apendavyo bila: kuzingatia ushauri wa kitaalamu; kutilia maanani uhuru wa kidemokrasia ambao hujenga mazingira ya kudumu ya usalama wa binadamu; kuzingatia mipaka ya kisheria na kanuni za lazima ambazo hutawala madaraka ya viongozi ambao hufanya maamuzi ambayo hugusa maisha ya watu wengine.

Kwa maneno mengine, mtawala akinyakua hakimiya (sovereignty) na kujipa madaraka yasiyo yake hufungua milango ya mafuriko ya rushwa kwa sababu ya kujiweka nje ya taasisi za kisiasa ambazo vinginevyo zingehakiki mwenendo wa utawala wake. Rushwa iliyoshamiri ni rahisi kujenga vyanzo tofauti vya madaraka; madaraka ambayo pia huweza kushindana na mamlaka halali ya taifa. Hali hii hutokana na nguvu za rushwa ambazo huvipa vyanzo hivi uwezo wa kufisadi mfumo wa taifa jambo ambalo mwishowe huweza kuhatarisha usalama wa binadamu.

Kwa hiyo udikteta siyo tu huharibu uhusiano baina ya taifa na jamii, bali pia huathiri jamii ya kiraia kwa kiasi kikubwa. Kwani, bila kulinda uhuru binafsi wa raia pamoja na uhuru wa umma ni muhali jamii hii kuimarika ipasavyo. Kwa vyovyote vile, jamii ya kiraia itakayolinusuru

---

[111]Tazama makala ya Martin Asser: The Muammar Gaddafi story—BBC News.
[112]Rejea S/RES/1674 (2006) Security Council—the United Nations.

taifa dhidi ya mitafaruku-haribifu hujengeka chini ya mazingira sadifu ya demokrasia ya kiliberali.

Jamii ya kiraia, ambayo vinginevyo hufahamika kama sekta ya tatu[113], ni vijenzi mbalimbali vya kijamii vilivyo nje ya uzio wa kiserikali[114]; vijenzi, ambavyo, pamoja na masilahi mengine ya kijamii yaliyo nje ya uzio huo pia, hufanya utambulisho wa taifa lenyewe. Kutokana na uhuru wake, jamii ya kiraia huweza kushawishi maamuzi ya viongozi wa kuchaguliwa (wanasiasa), au kuhoji matendo ya uongozi wa kisiasa ambayo huigusa jamii kwa ujumla. Mathalani, kiongozi akifanya kosa katika dakika moja huenda ichukue miongo kulirekebisha. Kutokana na ushawishi wa jamii huru ya kiraia athari kama hizo hupungua sana.

Kadhalika, muingiliano wa jamii ya kiraia na viunzi vya kijamii vilivyo na fokasi kwenye kufanikisha mahitaji ya kijamii huzatiti mazingira bora ambayo huwezesha jamii kuwa na ushirikiano wa kibiashara na kiuchumi na mataifa mengine. Kwa hiyo, jamii ya kiraia pia huweza kushawishi maamuzi ya uongozi wa sekta ya kiuchumi—kama ambavyo huweza kushawishi maamuzi ambayo wanasiasa hufanya katika jina la wananchi.

Kwa upande mwingine, ushirikiano wa kiuchumi na mataifa mengine huhimilisha usalama na amani ya ulimwengu. Hii ni kwa kuwa mataifa yenye masilahi yanayoingiliana namna hiyo siyo vyepesi kwenda vitani miongoni mwao. Inawezekana kabisa masilahi yao kuwa katika hali ya kushindana daima. Lakini ushindani ni sehemu muhimu ya kufuka kwa jamii ya binadamu ilimradi sheria inaurekebisha ili kuzuia ushindani usiofaa. Na kufuka ni nguvu ya daima.

---

[113]Sekta mbili zingine ni serikali na uchumi.
[114]Vikundi vya kijumuiya; mashirika yasiyo ya kiserikali (NGOs); vikundi vya kiimani; vikundi vya wazawa-asili (indigenous groups); vyama vya wafanyakazi; vyama vya kitaaluma (professional organisations); Vyama vya kihisani (charitable organisations), na kadhalika. Tazama: Who and what is "Civil Society" —World Economic Forum.

Katika makala yake, Maurice E. Stucke anasema kwamba ingawa siyo aina zote za ushindani zina manufaa, bado unaweza kutoa matokeo bora ambayo huinufaisha jamii. Anasema ushindani: huweza kushusha bei za bidhaa na huduma; huweza kuboresha bidhaa na huduma na kumpa mteja uchaguzi mpana zaidi wa bidhaa; huongeza uvumbuzi na ubunifu wa njia mpya ambazo pia huboresha namna ya uzalishaji na ongezeko la bidhaa; huchangia ongezeko la utajiri na pia kupanua maendeleo ya kiuchumi na ustawi; huimarisha uhuru wa kidemokrasia kutokana na uchumi kupanuka[115], kati ya mambo mengine. Faida hizi siyo tu huchangia maendeleo ya binadamu, bali pia kwa namna fulani huchangia usalama na amani ya ulimwengu.

Tunatilia mkazo suala la amani na usalama wa ulimwengu kwa kutilia maanani kwamba ubora wa uchumi wa taifa ndicho kipimo ambacho mwananchi hutumia kupima ubora wa serikali. Matatizo ya kiuchumi yaliyokithiri huweza kuhatarisha uhuru wa kidemokrasia na hatimaye kusababisha maafa kwa jamii nzima ya ulimwengu. Anguko la Jamhuri ya Weimar[116] na ujio wa Adolf Hitler[117] nchini Ujerumani vilichochewa na kipindi cha mashaka ya uchumi na kazi; hali, ambayo, mwishowe, ilichangia baa la Vita vya Pili vya Ulimwengu. Siyo hilo tu, bali dunia ni makazi yetu tunayopashwa kulinda dhidi ya tishio la kuyateketeza, au kuyaharibu kwa namna moja au nyingine.

Kwa hiyo, jamii ya kiraia iliyoimarika chini ya mazingira tuliyotafakari huandaa raia ambaye hutambua umuhimu huo, na pia kuthamini fikira za wanajamii wenzake ambao kwa ushirikiano wa pamoja huwezesha jamii kukabiliana na changamoto za kila namna. Muono wa namna hii siyo tu huimarisha moyo wa kusikiliza wengine (hata wahasimu), bali

---

[115]Tazama: Is Competition Always Good? Maurice E. Stucke, Journal of Antitrust Enforcement, Volume 1, Issue 1, April 2013, pages 162–197.
[116]Rejea tiniwayo ya 35 & 36.
[117]Rejea tanbihi ya 33.

pia huimarisha mtazamo kuwa uhuru wa kidemokrasia hauishi katika ombwe.

Jamii ya kiraia hutekeleza wajibu wake bila shinikizo la serikali bali mazingira sadifu ya kiliberali. Na uliberali kama falasfa ya kisiasa na kijamii siyo tu husimamia misingi tuliyotafakari mwanzoni na kuandaa mazingira bora ya jamii imara ya kiraia, bali pia humpa raia muono-stahimilivu ambao humuwezesha kuheshimu maoni na maisha ya watu wengine ambayo ni tofauti na yake. Vinginevyo, jamii ya kiraia humu-unganisha raia na taifa na kwa njia hiyo pia hujenga uhusiano mwema kati ya raia mwenyewe na taifa lake.

Isitoshe, uhusiano mwema baina ya jamii ya kiraia na taifa huepusha migogoro-haribifu kwa kuwa jamii ya kiraia huweza kuisuluhisha kabla haijafikia hatua ya kulipuka na kuhatarisha usalama wa binadamu.

Kwa vyovyote vile, jamii ya kiraia na jamii ya kisiasa[118] hutegemeana siyo tu kutokana na hoja tulizoibua, bali pia katika muktadha mpana wa mshikamano-himilivu wa taifa lenyewe na mustakabali wake[119].

Lakini kama tulivyosisitiza mapema, uwezekano wa hilo hutegemea uongozi wa kisiasa kutambua umuhimu wa maoni ya jamii ya kiraia pamoja na mchango wake katika kulinda vijenzi vya mpangilio wa kijamii ambavyo husimamia mwenendo na matazamio ya kila mmoja katika jamii. Hii inamaanisha uongozi wa kisiasa kutambua wananchi kama nguvu ya taifa na kulinda usawa wa madaraka kati yao na taifa ili mfumo mzima uendeshwe kwa haki.

Lakini kinyume na hayo udikteta, kama mfumo wa serikali, huhujumu mamlaka ya umma yafanyayo taifa; hudhoofisha taasisi za kisiasa na

---

[118]Jamii ya kisiasa ni jamii yenye taasisi za kiutawala. Katika mfumo wa kidemokrasia, viongozi wa kuchaguliwa (wanasiasa) hutumia madaraka ya umma kupitia taasisi za kisiasa (rejea uk.19).
[119]Rejea kielelezo ukurasa wa 39.

jamii ya kiraia; hutenga wananchi na taifa lao; hutaasisi uonevu na vitisho ambavyo hutumika kulitawala taifa; hupotosha mamlaka ya umma ya kiserikali; hukiuka kanuni ambazo hurekebisha madaraka ya viongozi walio na wajibu wa kufanya maamuzi ambayo hugusa maisha ya watu wengine; hukiuka haki za lazima za raia na hujipa madaraka yasiyo yake; huhatarisha usalama wa binadamu, na pia hutishia nguvu ya umoja wa jamii ya kimataifa, kati ya mambo mengine mengi.

Yote haya yanaeleza kwa nini awali tulisema kamati ya usalama (SC) inaweza kuchukua hatua chini ya madaraka yake[120] endapo kupuuzwa kwa demokrasia kunaweza kutishia usalama au kusababisha kuvunjika kwa amani ya ulimwengu, au kusababisha uhalifu-ovu wa kaumu.

Kwa hiyo kinyume na maelezo ya Magufuli, machafuko yaliyoendelea nchini Libya baada ya Gaddafi kung'olewa madarakani yalitokana na kuharibika uhusiano kati ya jamii na taifa. Aidha, wakati wa udikteta wa Gaddafi Libya haikuwa na jamii imara ya kiraia ambayo ingeweza kusuluhisha mitafaruku ya kijamii kabla haijafikia pointi ya kulipuka na kuhatarisha usalama wa binadamu.

Tunasema "machafuko yaliyoendelea" kwa vile yalianza kabla kamati ya usalama (SC) haijaidhinisha hatua za lazima kuchukuliwa ili kuhami watu baada ya kubainika kuwa taifa lenyewe ndilo lilikusudia kutenda uhalifu-ovu wa halaiki dhidi ya raia wake[121].

Kwa upande mwingine, mazingira ya malumbano ya silaha kama hayo hayakutoa fursa kwa nguvu za kijamii zenye uwezo wa kuandaa vikao vya usuluhishi na maridhiano ya kitaifa—jambo ambalo lingewezesha Libya kufungua ukurasa mpya na kusonga mbele. Karibu vizazi viwili vya raia wa Libya vilizaliwa na kukua chini ya mazingira ya uonevu na

---

[120]Rejea tanbihi ya 82, 83 & 85.
[121]Rejea tena tiniwayo ya 105, 106, 107 & 108.

vitisho. Mazingira kama hayo ni rahisi kuwapa watu muono wa kutaka kulipizana visasi kwanza kabla hawajafikiria usuluhishi au maridhiano. Jambo hili pia ni rahisi kuchangia muendelezo wa machafuko. Aidha, taifa likiondoa haki ya raia kujieleza katika muundo wa kidemokrasia, kama Libya ya Gaddafi ilivyofanya, linamsukuma atafute njia zingine za kufanya hivyo. Mbali na hayo, kupotoshwa kwa mamlaka ya umma yafanyayo taifa (hakimiya) hujenga ombwe ambalo huweza kujazwa na nguvu zenye ajenda ya hatari kwa jamii.

Kwa kifupi, mambo hasa yaliyochangia machafuko yaliyoikumba Libya kabla na baada ya Muammar Gaddafi kung'olewa madarakani ni hayo. Mengine ni nyongeza.

Kwa wenzetu watutegemeao tukariri wimbo wao wa "amani" chini ya utawala wa kidikteta, ukweli kuwa ilichukua karibu nusu karne kabla Libya ya Gaddafi hatimaye kulipuka mithali ya volkano ni uthibitisho kuwa **utulivu**, hata kama ni wa miongo mingi, siyo rahisi kubadilika kuwa **amani**—labda mazingira ya utulivu yakibadilishwa kwanza.

Na machafuko mengine huko Syria, ambayo pia Magufuli aliyaongelea kijazba kwenye hiyo video yake, hayakutofautiana sana na ya Libya.

Huko, maandamano yalianza Machi 15, 2011, baada ya wanafunzi kadhaa kukamatwa katika mji wa Deraa ulio kusini mwa taifa hilo kwa madai kwamba waliandika grafiti iliyosakama udikteta wa Assad.

Assad, aliyechukua madaraka Julai 10, 2000; mwezi mmoja baada ya kifo cha baba yake, Hafez al-Assad (Juni 10)[122]; alitegemewa na wengi kuwa angeleta mabadiliko ya kisiasa na kiuchumi yaliyohitajika nchini mwake.

---

[122]Ingawa katiba ya nchi hiyo ilisema Rais alipashwa awe na umri usio chini ya miaka 40, ilibidi katiba ibadilishwe ili Bashar, wakati huo akiwa na umri wa miaka 34, aweze kumrithi baba yake: Bashar al-Assad I Family, Biography, & Facts—Encyclopedia Britannica.

KUPOTOSHWA MADARAKA YA UMMA YA KISERIKALI
MFANO WA LIBYA YA MUAMMAR GADDAFI

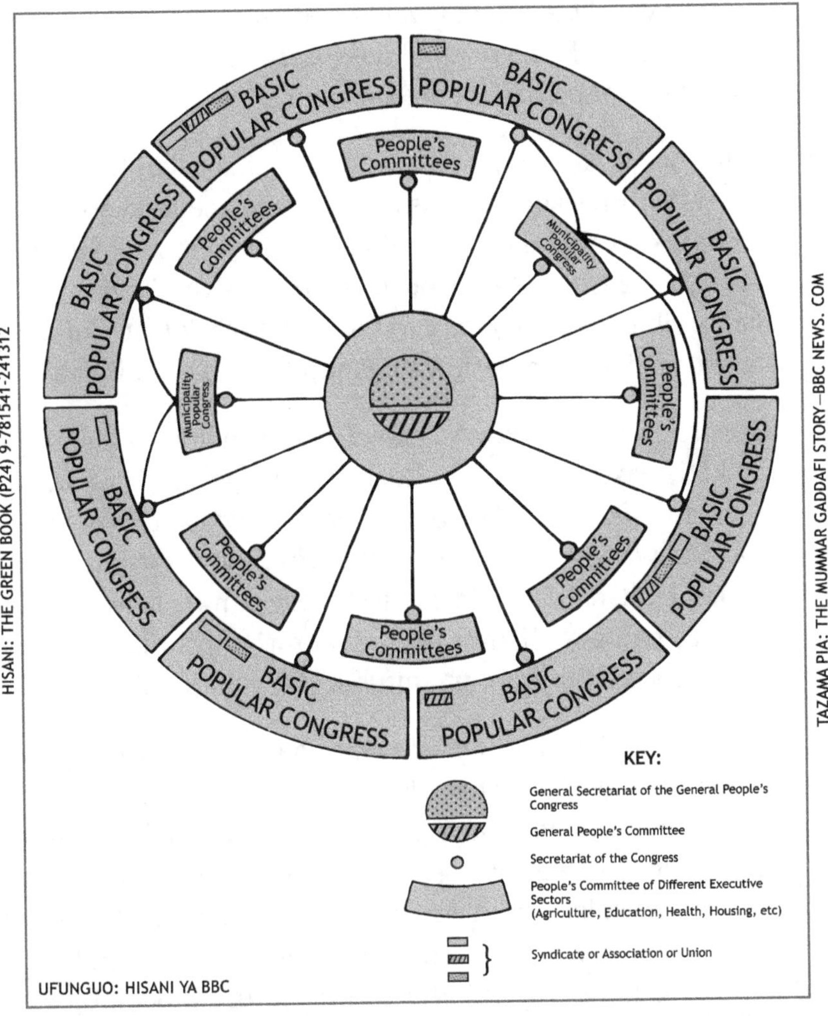

HISANI: THE GREEN BOOK (P24) 9-781541-241312

TAZAMA PIA: THE MUMMAR GADDAFI STORY –BBC NEWS. COM

UFUNGUO: HISANI YA BBC

Kupotoshwa kwa hakimiya ya taifa la Libya kuliathiri sana jamii ya kiraia. Ingekuwa imara, ingeliweza kusuluhisha mizozo ya kijamii kabla haijafikia pointi ya kulipuka na kuhatarisha uhai wa taifa hilo na raia wake.

Lakini, Bashar al-Assad aliamua kufuata nyayo za uhalifu-ovu wa baba yake[123]. Watoto wa shule ambao walikamatwa kwa madai ya kuandika grafiti waliteswa; na, kama nchini Libya, serikali ilitumia nguvu nyingi dhidi ya waandamanaji. Hali ya mgogoro ilibadilika.

Katika hatua hii, wapinzani nao walitumia silaha kujihami dhidi ya majeshi ya serikali na kumtaka Assad aondoke madarakani. Punde si punde machafuko yalienea nchi nzima na Syria sasa ilikuwa katika hali ya vita vya wenyewe-kwa-wenyewe. Mamia ya vikundi vya waasi wenye silaha viliibuka. Vikundi hivi vilifahamika kupata ufadhili wa kifedha, zana za kivita, na hata wapiganaji kutoka mataifa ya nje.

Kadiri mgogoro ulivyozidi kuwa mbaya nchini humo, vikundi vyenye mirengo mikali, hasa al-Qaeda na kikundi kingine kwa jina la taifa la Kiislamu, i.e. Islamic State (IS), pia vilisimika miguu yake nchini Syria. Dhahiri, uamuzi wa Rais Assad kuachia wafungwa wa kijihadi waende nchini Iraq kupambana na majeshi ya Kimarekani haukuwa tu uamuzi usio wa busara, bali pia ulikuwa uamuzi hatari uliotishia uhai wa taifa la Syria; utulivu wa nchi jirani na mifumo yao ya kijamii.

Na ingawa lengo la Assad kufadhili wanajihadi waliokuwa upande wa al-Qaeda kwa kuwapatia silaha, risasi, na ushauri wa kimapambano lilikuwa kuhujumu jitihada ya majeshi ya Kimarekani na Kiingereza kujenga amani nchini Iraq (hasa sehemu ya magharibi-kaskazini) bado mambo hayakumwendea vizuri Assad—namna fulani hivi ya "mchimba kaburi huingia mwenyewe". Kwani, ni baadhi ya wanamgambo hao wa kijihadi ambao Assad aliwaachia kutoka magerezani nchini mwake na kuwapatia silaha kwa siri waliorejea baadaye nchini Syria na kujaribu

---

[123]1982, katika mji wa Hama, majeshi ya nchi hiyo yaliua watu wapatao 20,000. Tazama, 1982: Syria's President Hafez al-Assad crushes rebellion in Hama, Jason Rodrigues, *The Guardian*, Mon 1 Aug 2011 17:10 BST. 2011 serikali ya Bashar ilidaiwa kutumia silaha za kikemikali dhidi ya raia katika eneo la Ghouta, kati ya mashambulio mengine ya kikemikali: Attacks on Ghouta—Human Rights Watch (Analysis of Alleged Use of Chemical Weapons in Syria, September 10, 2013).

kujenga taifa la Kiislamu (IS) katikati ya vita vilivyoathiri usalama wa binadamu kwa kiasi kikubwa na kuteketeza miji kadhaa ya taifa hilo au kuigeuza magofu[124].

Kwa vyovyote vile, vita vya Syria viliendelea kwa zaidi ya miaka kumi na pia kuziburuta nchi zingine kwenye vita hivyo kutokana na sababu za kisiasa, kiulinzi, kiusalama, au masilahi ya kitaifa[125].

Kwa hiyo, kama mizozo tuliyotafakari inavyoonyesha, huwepo athari za kipindi kirefu ambazo hutokana na mtawala kuamuru vitendo vya kihayawani dhidi ya raia wake, au kuvivumilia. Na kuna zaidi. Nyumba ikiungua moto, nyumba ambazo hupakana nayo hupata joto jingi. Hali hii huweza kugeuka janga upepo ukielekeza moto huo upande wa nyumba zinazopakana na nyumba inayoungua. Siyo hilo tu, bali ni jambo lisiloweza kukubalika ikiwa asili ya moto siyo ajali bali ubabe wa mwenye nyumba kukataa kufuata maagizo ya kitaalamu jinsi ya kujenga nyumba kwa njia inayoweza kupunguza ajali za moto; au, kutokana na ubabe wake huo alikataa kuweka kamsa ndani ya nyumba yake. Sitiari ya nyumba inayoungua kuunguza nyumba jirani, inature-jesha kwenye hoja yetu ya awali kwamba, baada ya kufikiria mambo yote, jamii ya kimataifa (soma Umoja wa Mataifa) inaweza kuchukua

---

[124]Septemba 11, 2001, kikundi cha magaidi 19 wa al-Qaeda, wengi wao kutoka Mashariki ya Kati, kiliteka nyara ndege nne za kibiashara na kuzitumia kushambulia Amerika. Watu wapatao 3,000 waliuawa: September 11 Attacks I History, Summary, Timeline—Encyclopedia Britannica. Fokasi ya Amerika na Uingereza ilielekezwa Mashariki ya Kati. Oktoba 2001, Waziri Mkuu wa Uingereza, Sir Tony Blair, alikutana na Assad katika mji wa Souq al Hamidiyah, Damascus, ambapo alisema dunia ilikuwa imeungana katika kulaani mashambulio ya kigaidi yaliyotokea nchini Amerika. Mbele ya vyombo vya habari Assad alimwambia Sir Tony kwamba kimsingi yeye (Assad) anapinga vita na kuongeza kwamba, pamoja na maoni yao kama Waarabu tatizo kwao lilikuwa taifa la Israel (madikteta wa Mashariki ya Kati hupenda kutumia mzozo wa Israel na Wapalestina kwa faida yao). Uvamizi wa Iraq ulifuata. Kwa haraka Kanali Gaddafi alitangaza kuachana na ndoto yake ya Libya kupata silaha za nyukilia. Assad, kwa hofu kwamba huenda naye atavamiwa kama Iraq, aliamua kuwaachia wafungwa wa kijihadi waliokuwa magerezani nchini mwake na kuwapa silaha kwa siri waende nchini Iraq wayape majeshi ya Kiingereza na Kimarekani wakati mgumu. Lakini miaka michache baadaye, baadhi ya wanamgambo hao walirejea Syria (wakiwa na uzoefu wa mapambano kutoka Iraq) na kuanza malumbano makali ya silaha dhidi ya serikali ya Assad.
[125]Tazama: Why has the Syrian war lasted 11 years—BBC News.

Udikteta wa Assad (pichani) uliathiri wengi. Kaya ikiungua moto kaya ambazo hupakana nayo hupata joto jingi. Upepo ukielekeza moto huo upande wa kaya zinazopakana na kaya inayoungua madhara huweza kuwa makubwa.

hatua zinazostahili kudhibiti mwenendo wa dikteta wenye athari kwa taifa analolitawala kimabavu na/au nje ya mipaka ya taifa lake.

Kwa hiyo, ni katika muktadha wa hoja hiyo kwamba maelezo ya Rais Magufuli kwa taifa kuhusu uvamizi wa Iraq na kunyongwa kwa Saddam Hussein[126]; kama yalivyo kwenye video-tajwa; hayakuwa sahihi aidha.

Saddam Hussein alikuwa mmoja wa madikteta dhalimu huko Mashariki ya Kati. Kulingana na majalada yaliyo kwenye maktaba ya taasisi ya Hoover (Hoover Institution) iliyo nchini Amerika na ambayo inahifadhi kumbukumbu za vita, mapinduzi, na amani katika karne ya ishirini na ishirini na moja, utawala-dhalimu wa dikteta huyo uligharimu maisha ya watu wengi nchini Iraq[127]. Maelfu ya raia ambao hawakuhusika kwa namna yoyote na siasa waliuawa au kupotezwa na serikali ya Saddam bila maelezo kwa jamii zao. Hata watoto wadogo; maajuza; mashaibu na wanawake wajawazito pia hawakunusurika udikteta wake ovu.

Richard Beeston, mwandishi wa habari wa gazeti la *The Times* nchini Uingereza, alimnukuu Greg Kehoe, mwanasheria wa kimataifa aliyeongoza timu iliyochunguza uhalifu-ovu wa Sadddam dhidi ya raia wake kama amesema, zaidi ya maiti 120 wakiwemo wanawake wajawazito na watoto wachanga zilikutwa katika mtaro karibu na mji wa Hatra ulio kusini mwa mji wa Mosul[128].

Siyo hilo tu, bali timu ya Kehoe iligundua mitaro mingine tisa ambamo miili ya watu zaidi ya 300 ilisadikiwa kuwa imefukiwa. Kulingana na Beeston, ilikuwepo mitaro zaidi nchini Iraq iliyokadiriwa kuwa na miili 300,000 ya watu waliouawa na utawala wa Saddam wengi wao kutoka

---

[126]Saddam Hussein I Biography, History, Death, Sons, & Facts—Encyclopedia Britannica.
[127]Kwa tafakuri jadidi tazama makala ya Clifton B. Parker: Ba'ath party archives reveal brutality of Saddam Hussein's rule I Stanford News.
[128]Tazama: 'Killing field' may convict Saddam, Richard Beeston, *The Times*, IRAQ WORLD NEWS, page 39, Thursday, October 14, 2004. Tazama pia ukurasa wa 131/2 Pease & Archibugi juu ya jamii ya Shia kufukuzwa kusini mwa Iraq; mauaji na kuteketezwa kwa maeneo huko Dujail 1982.

jamii ya Kikurdi (Kurds). Wakati wa vita vya Iran na Iraq (1980/1988) serikali ya Saddam ilidai kwamba Markudi wa nchi hiyo walishirikiana na Iran katika vita hivyo.

Lakini madai ya jumla ya namna hiyo dhahiri hayakuwa na ushahidi wa kutosha kuituhumu jamii nzima kwamba ni ya kisaliti. Hata hivyo, chini ya udikteta wa Saddam madai hafifu kama hayo yalikuwa msingi wa kampeni kabambe iliyoitwa "Operesheni Anfal"; kampeni ambayo iliteketeza vijiji vya jamii ya Kikurdi huko kaskazini mwa Iraq kati ya 1987 na 1988[129]. Maelfu ya watu waliuawa au kupotezwa. Kehoe na timu yake pia walishuhudia mabaki ya miili ya wanawake na watoto waliopigwa risasi wengine wakiwa wamelala kifudifudi, na baadhi ya watoto wadogo wakiwa wameshikilia sesere zao[130].

Lakini ni shambulio la sumu za kikemikali la Machi 16, 1988, dhidi ya ya Markudi kwenye mji wa Halabja lililoshutua jamii ya ulimwengu. Watu 5,000 waliuawa kijumla katika muda wa masaa machache baada ya majeshi ya anga ya Saddam kufanya shambulio hilo[131].

Wanahabari wa FRANCE 24, Marine Courtade na Sophia Marchesin, wanasema kuwa baadhi ya watu walionusurika kutoka eneo lililosha-mbuliwa ama wanakansa; wanamatatizo ya kupumua; au watoto wao wanazaliwa wakiwa na hitilafu za kimaungo[132].

Kwa vyovyote vile, Saddam Hussein hakunyongwa na Wazungu kama Magufuli alivyolieleza taifa. Kinyume chake, hukumu hiyo ilitolewa na mahakama ya juu ya nchi hiyo. Dhahiri, viwango vya kisheria kwenye mataifa ya kidikteta havikidhi viwango vya kimataifa vinavyokubalika.

---

[129]GENOCIDE IN IRAQ: The Anfal Campaign Against the Kurds—Human Rights Watch
[130]Rejea tiniwayo ya 128.
[131]Kwa tafakuri jadidi tazama, Iraq: In the shadow of the Halabja Massacre—Reporters (FRANCE 24: 02/05/2014-15:56).
[132]*Ibid.,*

Lakini mfumo mzima wa taifa la Iraq ulijengwa na Saddam mwenyewe ikiwemo mahakama iliyomhukumu anyongwe; na raia lukuki wa taifa hilo walihukumiwa na mfumo huo wa mahakama ambao mwisho wake ulimhukumu Saddam mwenyewe na wawezeshi wa udikteta wake ovu.

Hoja ya chanzo cha uvamizi wa Iraq ilipunzishwa *sine die* baada ya Rafid Ahmed Alwan al-Janabi, ambaye pia alifahamika kwa jina la siri kama "Curveball", kukiri kuwa alitoa taarifa ya uongo kwa mamlaka za Kimarekani na Kijerumani kwamba Saddam alikuwa na silaha zenye uwezo wa kuua watu wengi, i.e. weapons of mass destruction (WMD); taarifa iliyotumiwa kuivamia Iraq[133]. Janabi alikiri kueleza mamlaka hizi uongo kusudi dikteta huyo aondolewe madarakani—namna fulani hivi ya kutendea ubinadamu fadhila licha ya athari za uongo wake[134].

Kwa hiyo, kama makala ya *The Guardian* yanavyodhihirisha, viongozi wa mataifa yaliyoshiriki uvamizi wa Iraq hawakusema uongo ili wajipe kisingizio cha kuvamia taifa hilo. La hasha! Kama tulivyojadili awali, Saddam aliwahi kutumia zana za mauaji ya watu wengi dhidi ya raia wake[135]; na, kwa sababu hiyo, alikuwa na wajibu kuihakikishia dunia kwamba hakuwa tena na silaha hizo licha ya kuzitumia siku za nyuma nchini mwake—lakini pia wakati wa vita vyake na Iran[136] dikteta huyo alipotumia zana hizo kinyume cha sheria ya kimataifa[137].

Saddam alikuwa na wajibu wa kuwapa uhakika viongozi wa ulimwengu huru juu ya jambo hili ili wasiwe na mashaka kwamba huenda dikteta huyo bado alikuwa na silaha hizo; na kwa hiyo, uwezo pia wa kuzitoa

---

[133]Kwa maelezo ya kina tazama makala ya Martin Chulov and Helen Pidd in Karlsruhe: Defector admits to WMD lies that triggered Iraq war (*The Guardian*, Tue 15 Feb 2011 12:58) [Tanzania. Mfumo wa TAIFA/041].
[134]*Ibid.,*
[135]Rejea tiniwayo ya 131.
[136]Tazama: Iran-Iraq war: Looking back at the chemical bombing of Sardasht—FRANCE 24.
[137]Mkataba wa kimataifa wa Geneva (1925) unapiga marufuku matumizi ya silaha zenye sumu mbalimbali za kikemikali wakati wa vita: 1925 Geneva Protocal—UNODA—the United Nations.

HISANI: GAZETI LA THE TIMES UINGEREZA

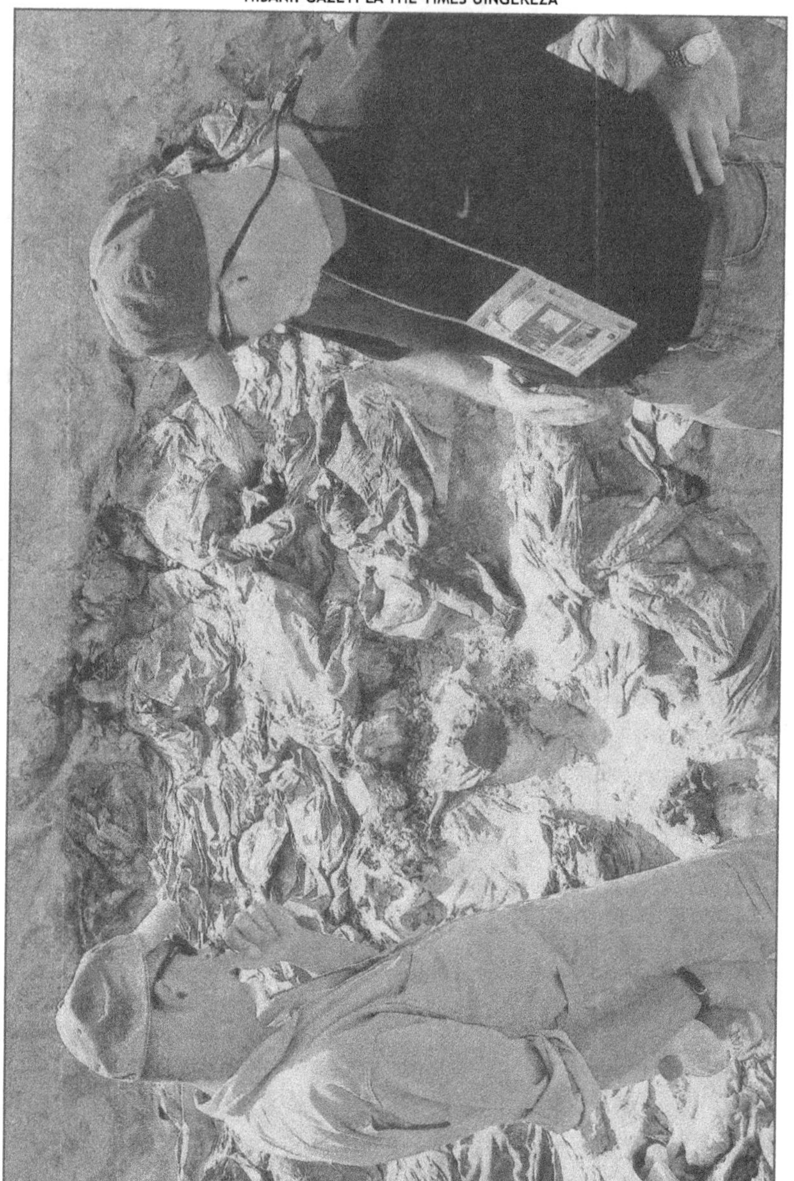

Mwanaakiolojia Michael Trimble (kushoto) na Greg Kehoe wakishuhudia mabaki ya miili ya wanawake na watoto waliouawa kikatili na serikali ya Saddam.

THURSDAY OCTOBER 14 2004 PAGE 39

Udikteta-ovu wa Saddam (mbaroni pichani) uliathiri maisha ya watu lukuki. Leo hii, wapo watu nchini Iraq wenye kansa na watoto wanaozaliwa na hitilafu za kimaungo kutokana na Saddam kushambulia vijiji vyao na mabomu yenye sumu za kikemikali.

kwa vikundi vya kigaidi. Uwezekano wa madikteta-katili wa namna ya Saddam kuvipa vikundi vya kigaidi silaha za kila namna tumeutafakari katika tiniwayo ya 124.

Bila shaka msomaji atakuwa na kumbukumbu ya vikundi mbalimbali vya kigaidi vilivyowahi kutenda uhalifu wa kimataifa kama vile kuteka nyara watu wasio na hatia, kubombu manowari za mataifa mengine, au kulipua ndege zikiwa angani. Silaha na uwezo wa magaidi kutenda uhalifu wa aina hii walivipata kutoka kwa nani?! Madikteta wa namna ya Saddam (na Gaddafi) kutoa silaha kwa vikundi vya kigaidi ambavyo hutishia usalama wa umma wa ulimwengu siyo jambo la kufikirika bali ni tatizo la kiusalama linalofahamika vyema miongoni mwa mamlaka za ulinzi na usalama wa umma wa dunia tunayoiita maskani yetu.

Kwa upande mwingine, suala la kuhakikisha zana za mauaji ya watu wengi (WMD) haziishii mikononi mwa vikundi vya kigaidi siyo mchezo wa kamari wa "pata-poteza" bali suala-nyeti la usalama wa umma wa ulimwengu linalohitaji uhakika pasipo chembe ya mashaka.

Kwa hiyo, kulingana na taarifa ambayo mamlaka zilizoshiriki uvamizi wa Iraq ziliamini kuwa ya kweli wakati huo haielekei kuwa zingeacha kuchukua hatua kama ziliyoichukua kwa usalama wa umma wa dunia; hasa tukizingatia mashambulio ya kigaidi dhidi ya Amerika na litania ya ukatili wa Saddam dhidi ya raia wasio na hatia nchini mwake na huko Kuwait baada ya kuvamia taifa hilo kikatili Agosti 2, 1990.

Kwa nini Rais Magufuli apoteze muda wake adimu kutetea madikteta-katili tuliowajadili ni jambo tutakalolitafakari kwa ufasaha baadaye katika sehemu ya pili ya simulizi hii—kama ambavyo pia tutajadili kwa nini baadhi ya watawala wa kidikteta hukumbatia muono wa kufadhili vikundi vitumiavyo nguvu dhidi ya mamlaka zingine badala ya kuweka fokasi kwenye maendeleo na ustawi wa jamii wa mataifa yao. Lakini, kwa sasa, inatosha kusema kwamba uvamizi wa Iraq utazamwe katika muktadha wa hoja yetu ya awali kuwa huwepo tofauti taifa kuingilia jingine ili kutekeleza lengo la pamoja[138], na taifa kuvamia jingine kwa kwa sababu tu linasukumwa na linachodai kuwa masilahi yake, kama, kwa mfano, Urusi ya Putin ilivyofanya kuhalalisha uvamizi wa kikatili (na kijinai) wa taifa la Ukraine, Februari 24, 2022[139].

Kama tulivyotafakari awali, vyanzo vya migogoro huhitilafiana kutoka jimbo hadi jingine kulingana na aina ya michango ya nguvu za kisiasa na kijamii, au hata siasa ya taifa ya mambo ya nchi za nje; japokuwa bado matokeo yake huweza kuigusa dunia nzima kwa namna nyingi.

Mathalani, uvamizi wa Afghanistan na majeshi ya Kisovieti, Desemba 24, 1979, kwa kisingizio cha kulinda mkataba wa Kirafiki wa 1978 kati ya Afghanistan na Wasovieti, uliathiri diplomasia iliyofahamika kama *détente*[140], na kisha kuchangia kuanguka kwa muungano wa Kisovieti; lakini wakati huo pia ukiiacha Afghanistan ikiwa kama vile uwanja wa kongamano la magaidi wa kimataifa ulioipa dunia Osama bin Laden[141].

Kwa vyovyote vile, ingawa kanuni ya R2P haikutekelezwa nchini Syria licha ya uhalifu-ovu wa jumla ulioshuhudiwa[142], haikumaanisha kuwa mfumo wa kimataifa umepooza. La hasha! Kinyume chake, mfumo wa kimataifa ni imara, na utaendelea kuimarika zaidi ilimradi mataifa ya demokrasia za Kimagharibi yaendelee kulinda nafasi ya sheria ya kimataifa ulimwenguni.

Kama tulivyojadili mapema, mfumo wa sasa wa ulimwengu na taasisi zake ni matokeo ya kumalizika Vita vya Pili vya Ulimwengu. Na kama

---

[138]Rejea aya ya 3 ukurasa wa 70 wa simulizi hii.
[139]Tazama: International Justice Court ruling on Ukraine [Tanzania: MFUMO WA TAIFA/042 & 43]
[140]Uboresho wa hali isiyo ya kirafiki kati ya mataifa—rejea makala ya Michael Ray, tanbihi ya 78.
[141]Kiongozi wa kikundi cha kigaidi, al-Qaeda, kilichoishambulia Amerika (rejea tena maelezo-tangulizi kwenye tiniwayo ya 124).
[142]Tanbihi ya 123 juu ya matumizi ya zana za kikemikali yahusika, kati ya uhalifu-ovu mwingine.

Februari 24, 2022: Bila kuchokozwa, Rais wa shirikisho la Kirusi, Vladimir Putin (anayepigiwa saluti), avamia taifa la Ukraine katika jaribio la kuvunja mfumo wa ulimwengu wa kiliberali. Lakini mfumo wa kiliberali utazidi kuimarika zaidi ilimradi demokrasia za Kimagharibi ziendelee kulinda nafasi ya sheria ya kimataifa duniani.

Utangulizi wa mkataba wa Umoja wa Mataifa unavyoainisha[143], mfumo wa sasa wa kimataifa ulipatikana kwa gharama kubwa ya vita hivyo. Jamii ya kimataifa[144] inahitaji mfumo huu ili iweze kuendelea kukabili changamoto mpya za: amani na usalama; maendeleo ya binadamu[145]; ustawi wa jamii za ulimwengu; mfumuko wa binadamu; ulanguzi wa binadamu; ulanguzi wa madawa ya kulevya; ulanguzi wa silaha za vita; ulanguzi wa vipuri vya nyukilia; kudhibiti magenge ya kihalifu ya kimataifa; kudhibiti utakatisho wa fedha haramu, na pia kuendelea kukabili changamoto za: usalama wa chakula; hifadhi ya mazingira; uhamiaji; makazi; maji; afya ya umma duniani; elimu; ajira; uchumi; biashara na nyenzo za ulimwengu, kati ya mambo mengine mengi.

Na ingawa nyenzo za ulimwengu kwa kawaida huwa chini ya hakimiya za nchi binafsi, umuhimu wake kwa jamii za ulimwengu unafahamika vyema. Chukua mfano wa misitu ya mvua. Ikifyekwa kiholela, hali ya hewa ulimwenguni inaweza kubadilika ghafla pengine hata utafiti wa tiba kufuata mkondo huo pia. Msitu wa mvua wa Amazon ("mapafu ya sayari yetu") huchangia sana oksijeni ya ulimwengu. Isitoshe, lipo pia suala la malighafi na mafuta. Umuhimu wa nyenzo hizi kwa ustawi wa jamii za ulimwengu pia unafahamika vyema kwa msomaji.

Lakini pia kuna fedha za mataifa ya demokrasia za Kimagharibi; fedha ambazo pia hufahamika kama sarafu thabiti (hard currency). Fedha hizi huitwa hivi kutokana na uimara wake; uimara ambao hutokana na kutabirika kwa mifumo ya kisiasa, kijamii, na kiuchumi, ya mataifa ya demokrasia za Kimagharibi. Sarafu hii hukubalika duniani kote kama namna ya kulipia bidhaa na huduma. Nchi zinazoendelea zisipokuwa

---

[143]Rejea tiniwayo ya 74

[144] Mataifa yote ya ulimwengu na serikali zao (rejea pia kielelezo ukurasa wa 63).

[145]Maendeleo ya binadamu ni utanuzi wa ubora wa maisha ya binadamu mwenyewe kuliko tu muinuo wa uchumi. Muono huu unafokasi kwa binadamu kwa kumpa nafasi ya kujiendeleza pamoja na uhuru zaidi unaomuwezesha kuishi maisha anayothamini. Tazama: About—Human Development Reports—United Nations.

na akiba ya kutosha ya sarafu thabiti ambayo nchini Tanzania huitwa "fedha za kigeni" (siyo fedha zote za kigeni ni sarafu thabiti), huweza kuwa na wakati ngumu: kulipa deni la taifa la nchi zao; kulipia bidhaa zilizoagizwa kutoka nchi za nje; kuendesha shughuli za kibiashara na kiuchumi na nchi zingine, kati ya mambo mengine. Kwa hiyo, sarafu thabiti huchangia maendeleo na ustawi wa jamii za ulimwengu kwa kuwezesha mataifa mbalimbali ulimwenguni kuendesha miamala ya kifedha na kibiashara miongoni mwao, kati ya mambo mengine.

Na ni katika muktadha huo pia wa maendeleo na ustawi wa jamii za ulimwengu kwamba taasisi za kifedha za kimataifa, i.e. International Financial Institutions (IFIs), pia huchangia malengo ya maendeleo-himilivu, i.e. Sustainable Development Goals (SDGs). Malengo haya ambayo pia hujulikana kama malengo ya kimataifa, i.e. Global Goals, yalipitishwa 2015 na Umoja wa Mataifa yakiwa ni wito wa kuchukua hatua kumaliza umaskini, kuhami sayari, na kuhakikisha kuwa kunako 2030 watu wote wanaishi kwa amani na katika hali ya ustawi.

Ushirikiano wa taasisi za kifedha za kimataifa na shirika la Umoja wa Mataifa la mipango na maendeleo, i.e. United Nations Development Programme (UNDP)[146], unayapa mataifa kwenye majimbo yanayoendelea uwezo wa kujiendeleza zaidi kwa kukabili athari na pia vyanzo vya umasikini wao. Malengo kumi na saba ya maendeleo-himilivu, i.e. Sustainable Development Goals (SDGs), ni ramani ya barabara kuelekea mafanikio hayo[147].

Tangu mwanzo wa simulizi hii, tumejadili kanuni mbalimbali za sheria ya kimataifa na nguvu-jalidi ya sheria hii kwa mataifa ya ulimwengu. Madhumuni yake pia tumeyatafakari kwa mapana na marefu. Mbali na hayo, tumetafakari pia ulazima wa kutaasisi haki za binadamu katika

---

[146]Kwa tafakuri ya kina tazama: UNDP and International Financial Institutions.
[147]Tazama pia: From MDGs to SDGs I Sustainable Development Goals Fund.

mfumo wa taifa kusudi uhuru wa kila mmoja uhakikishwe na utawala wa sheria uwezekane. Na sheria hulindwa kusudi isivunjwe. Mifano ya viongozi waliochukuliwa hatua za kisheria baada ya kugundulika kuwa walitumia madaraka ya umma ya kiserikali kijinai au kwa faida yao na mitandao ya madalali wao wa madaraka inathibitisha hoja hii[148].

Kwa upande mwingine, ili sheria iwe amri halali ya hakimiya lazima itokane na Bunge ambalo liliundwa kulingana na misingi tuliyojadili mwanzoni[149]. Sheria iliyotungwa na Bunge lililoundwa nje ya tamaduni za kidemokrasia, au nje ya kanuni za kiutawala tulizotafakari tangu mwanzo wa simulizi hii uhalali wake huwa suala la mjadala.

Kwa hiyo sheria iliyotungwa baada ya unyakuzi wa hakimiya; au, kwa maana hiyo, sheria ambayo ilitungwa baada ya madaraka ya umma ya kiserikali kupotoshwa kama mfano wa Libya ya Muammar Gaddafi unavyodhihirisha[150], sheria hiyo huwa siyo halali *ab initio*.

Dhahiri, sheria kutokuwa halali tangu mwanzo haimaanishi kwamba ni batili. Kwani, mtawala bado huitumia *ad libitum* kulinda madaraka yake haramu—japokuwa kwa gharama kubwa ya haki za msingi za raia kama mfano huo wa Libya ya Gaddafi ulivyobainisha[151].

Siyo hilo tu, bali udikteta wenyewe siyo mfumo halali. Lakini mataifa kadhaa ulimwenguni hutumia udikteta kutawala na kuingia mikataba-jalidi na nchi zingine licha ya serikali za kidikteta kutokuwa halali.

Kama tulivyotafakari mwanzoni, yapo mataifa duniani ambayo msingi wa utawala wao ni itikadi iliyogeuzwa utambulisho wa taifa na watu wake—namna fulani hivi ya familia moja kubwa ambayo matendo ya

---

[148]Rejea ukurasa wa 32, aya ya 2/3; ukurasa wa 33; tanbihi ya 31; ukurasa wa 35; 36 na ukurasa wa 38.
[149]Rejea tena tiniwayo ya 1 & 4 pamoja na kielelezo ukurasa wa 15.
[150]Rejea kielelezo ukurasa wa 85.
[151]Rejea makala ya Tarik Kafala tiniwayo ya 106.

utawala wake huwekwa nje ya mipaka ya lawama. Udikteta kama huu hujificha nyuma ya pazia la itikadi yake kama msingi mkuu wa taifa na jamii. Mtoa-lawama dhidi ya udikteta kama huu, hukabiliwa hatari ya kupigiwa kelele (pengine hata kudhurika kama mifano tuliyozungumzia tangu mwanzo inavyoonyesha) kwa madai ya kuhatarisha misingi ya "demokrasia ya watu"—licha ya mfumo mzima kutokidhi viwango vya kimataifa vinavyokubalika.

Kama tulivyojadili mwanzoni, moja ya vyanzo vya sheria ya kimataifa ni kanuni za jumla za sheria za mataifa ya ulimwengu[152]. Hata hivyo, kanuni hizi hazielekei kuhusisha kanuni za jumla za sheria za nchi za kidikteta. Kifungu cha 38(1)(c) cha mahakama ya haki ya kimataifa, i.e International Court of Justice (ICJ), kinazungumzia tu kanuni za jumla za sheria zitambuliwazo na mataifa ya kistaarabu, i.e. "general principles of law recognised by civilised nations"[153].

Kulingana na hali na upeo wa kanuni za jumla za sheria tulizotafakari awali ni salama kuhitimisha kuwa udikteta, kama mfumo wa serikali, hauna vigezo wala sifa za kuwekwa kundi moja na mifumo ya mataifa ya demokrasia za Kimagharibi. Kwa hiyo, ulinzi wa vijenzi vya mifumo ya demokrasia za Kimagharibi ni ulinzi pia wa kanuni za kiliberali za ulimwengu-huru binadamu wengi wanaopigania kuishi[154].

Kwa vyovyote vile, Tanganyika ilipojiunga rasmi na Umoja wa Mataifa Desemba 14, 1961, ilikubali madhumuni yatamkwayo na katiba yake. Zanzibar nayo ilifanya hivyo ilipokuwa mwanachama wa Umoja huo Desemba 16, 1963, na kuendelea kuwa na kiti chake hadi Oktoba 29, 1964, mataifa haya mawili yalipobadili majina yao kuwa Jamhuri ya Muungano wa Tanzania sambamba na muungano wa kisiasa baina yao,

---

[152]Rejea aya ya 3, ukurasa wa 53 wa simulizi hii.
[153]*Ibid.,*
[154]Rejea tena aya ya 4, ukurasa wa 95 na maoni yaliyo kwenye kielelezo ukurasa wa 96.

Aprili 26, 1964; muungano uliotokana na mapinduzi ya kimbari nchini Zanzibar, Januari 12, 1964.

Aidha, kwa hatua hiyo taifa hili pia lilikubali kuendelea kuwa sehemu ya ulimwengu unaoongozwa kwa maridhiano ya kimataifa. Maridhiano hayo, lazima isisitizwe, ndiyo yaliwezesha Jimbo la Tanganyika kuwa chini ya uangalizi wa kimataifa hadi hapo wenyeji wangekuwa tayari kuendesha mambo yao wenyewe. Na, tunasema Tanganyika "ilijiunga rasmi" na Umoja wa Mataifa kwa sababu ilipokuwa chini ya udhamini wake iliambatishwa kwenye taasisi hii ya mamlaka ya ulimwengu.

Aidha, kwa kujiunga rasmi na mamlaka haya Tanganyika ilikubali pia kuendelea kuheshimu na kuhami haki za binadamu za raia wake kama zinavyotamkwa na Tamko la kimataifa la haki za binadamu (UDHR)[155]. Zanzibar nayo ilifanya hivyo baada ya kujiunga na mamlaka haya. Na kauli ya "kuendelea kulinda haki za binadamu" za wananchi wa pande hizi mbili za Bahari ya Hindi inalenga kukumbusha msomaji kuwa haki hizi ziliheshimiwa na kulindwa tangu mataifa yote mawili yalipokuwa chini ya mamlaka ya Kiingereza.

Ndiyo kusema, mwenyeji visiwani Zanzibar na Jimboni alipewa ulinzi wa kisheria sawa na mwenyeji yeyote kwenye jamii za demokrasia za Kimagharibi. Jambo hili tutalitafakari kwa ufasaha katika sehemu ya pili ya simulizi hii.

Lakini, kwa sasa, inatosha kusema kwamba mkataba wa kimataifa juu ya usimamizi wa maendeleo ya kisiasa ya Jimbo la Tanganyika ulitilia mkazo ulinzi wa masilahi ya wenyeji ili wainuke kiuchumi na kijamii, na Jimbo lao listawi.

Mathalani, Kifungu cha 22 cha mkataba-jalidi wa Ligi ya Mataifa, i.e.

---

[155]Tanbihi 71; 72; ukurasa 58 & tiniwayo ya 74.

Baadhi ya viongozi wa mapinduzi ya Zanzibar ya Januari 12, 1964. Kutoka kushoto: Said Idd Bavuai, Khamis Hemed Nyuni, Abdallah Said Natepe, Pili Khamisi, Abeid Amani Karume, Ibrahim Amani, Seif Bakari, Ahmed Ameir, Hafidh Suleiman.

Zanzibar mkesha wa mapinduzi: Kijana mwenye gobori alinda raia wenye asili ya Kiarabu walioamriwa kujikusanya kwenye viwanja vya shule ya Raha Leo, Unguja, kufuatia mapinduzi ya Zanzibar ya Januari 12, 1964, yaliyoua raia lukuki wengi wao wenye asili ya Kiarabu.

League of nations (tazama kiambatisho mwishoni mwa sehemu hii), kiliweka wajibu juu ya Uingereza: kuinua kwa kiwango cha juu hali ya kiuchumi na kijamii ya wenyeji wa Jimbo: Kifungu cha 3; kukomesha haraka biashara ya utumwa: Kifungu cha 5(1); kukomesha aina zote za utumwa: Kifungu cha 5(2); kupiga marufuku kazi za kushurutishwa labda huduma za kijamii na kazi zenye manufaa kwa umma ilimradi malipo ya haki yalilipwa: Kifungu cha 5(3); kulinda haki za wenyeji na kuhifadhi masilahi yao wakati wa kutunga sheria juu ya haki ya kuwa na ardhi—ardhi isingehamishwa kwa watu wasio wenyeji (ila miongoni mwa wenyeji wenyewe) bila idhini kutoka mamlaka ya usimamizi wa Jimbo. Isitoshe, mamlaka yalitakiwa kurekebisha tozo la riba jimboni: Kifungu cha 6; kuhakikisha maliasili zilinufaisha Jimbo na watu wake: Kifungu cha 7; kuheshimu uhuru wa dhamiri na kuabudu: Kifungu cha 8; kuhami wenyeji dhidi ya mikataba-laghai ya kazi na kunyonywa na waajiri kwa kuchunguza kwa makini mikataba ya kazi: Kifungu cha 5 (4); kudhibiti ulanguzi wa silaha na risasi na pia vinywaji vya kilevi: Kifungu cha 5(5); kutoanzisha vituo vya kijeshi Jimboni au kujenga ngome za kijeshi au vituo vya jeshi la majini isipokuwa Polisi au jeshi kwa ajili ya ulinzi wa Jimbo: Kifungu cha 4, kati ya vifungu vingine. Makubaliano haya, kati ya mengine, yalilinda haki pamoja na masilahi ya wenyeji kuliko masilahi ya nguvu za nje.

Ulimwengu wetu ni jamii inayopakana licha ya umbali wa kijiografia baina ya mataifa yetu. Hali hii haihusu muingiliano wa masilahi baina ya mataifa peke yake, bali pia inahusu mambo mengine kutoka afya ya umma ya ulimwengu hadi usalama wa sayari yetu.

Kwa hiyo, kama tulivyojadili mwanzoni, tukio lenye mtikiso likitokea upande mmoja wa sayari yetu dunia nzima huweza kutikisika. Jambo hili linatuleta kwenye chanzo cha Jimbo la Tanganyika kuwekwa chini ya uangalizi wa jamii ya kimataifa na kufuka kwa Tanzania ya kisasa.

Baada ya kushindwa Vita vya Kwanza vya Dunia, Ujerumani iliachia miliki zake za nje, ikiwemo miliki ya Afrika Mashariki, kwa umoja wa mataifa makuu na mamlaka-shiriki (Principal Allied and Associated Powers) yaliyoshinda vita. Ujerumani ilifanya hivi chini ya Kifungu cha 119 cha mkataba wa amani wa Versailles uliotiwa saini Juni 28, 1919, kwenye jumba la Hall of Mirrors, Versailles, Ufaransa, na kuja kwenye matumizi Januari 10, 1920.

Vita hivyo, ambavyo wakati mwingine huitwa Vita Vikuu (1914-1918), vilianza baada ya mauaji ya Archduke Franz Ferdinand, na mke wake, Duchess Sophie, mjini Sarajevo[156], Juni 28, 1914. Archduke Ferdinand alikuwa mrithi-mtarajiwa wa Himaya ya Austria-Hungary. Mauaji yake yalisababisha msururu wa matukio ambayo, hatimaye, yalitumbukiza ulimwengu nzima katika baa la Vita Vikuu.

Tangu kuibuka kwa vita hivyo, wanasiasa na wanahistoria wamekuwa wakikuna vichwa vyao kubaini kwa nini vilitokea. Hata hivyo, moja ya jambo wanahistoria wanalokubaliana ni kwamba vita hivyo vilitokana na mseto wa mambo kadhaa: sera ya nchi-taifa, i.e. nation-state, ya ujenzi wa jeshi imara ambalo nguvu zake zingetumiwa kukuza pamoja na kuhami masilahi yake (militarism); ushirikiano usiyo bayana baina ya mataifa (secret alliances); sera ya nchi-taifa kuongeza utajiri na nguvu zake kwa kuleta majimbo zaidi chini ya ushawishi wake ingawa bila ulazima wa kuyageuza miliki zake pamoja na muono wa watu kujitambulisha zaidi na taifa lao na kuunga mkono masilahi yake kwa gharama ya mataifa mengine (nationalism).

Nchi, katika muktadha huu, ichukuliwe kumaanisha kikundi cha watu wenye historia moja, lugha, utamaduni na dini moja, kati ya mambo mengine. Lakini siyo nchi zote zilikuwa na mataifa *per se* kwa kuwa

---

[156]Sarajevo I History, Population, & Facts I Britanica.

baadhi yake zilikuwa zimeunganishwa na himaya zingine. Hata hivyo, hali hiyo ilisababisha mitafaruku kwenye himaya. Isitoshe, muono wa watu kujitambulisha na taifa lao na kuunga mkono masilahi yake kwa gharama ya mataifa mengine ulizua uhasimu wa kisiasa na kiuchumi; uhasimu ambao badala yake ulisababisha ushirikiano wa siri wa kijeshi baina ya mataifa.

Mathalani, Ufaransa, Uingereza na Urusi ziliunda ushirikiano kati yao. Italia na Austria-Hungary ziliunda ushirikiano wao pia. Mataifa kama vile Ujerumani, Italia, na himaya imara kadhaa zilitaka kuwa na miliki zaidi kusudi zijiongezee utajiri, zipate maliasili, na pia zijitanue zaidi kibiashara[157].

Kwa hiyo, 1914 Ulaya ilikuwa katika hali hiyo kiasi kwamba mgogoro mmoja ulitosha kuanzisha vita-haribifu vilivyosababisha: wapiganaji milioni 8.5 na raia wapatao milioni 13 kuuawa; nasaba nne za himaya kusambaratika: Habsburg ya Austria-Hungary; Himaya ya Usultani wa Ottoman; Himaya ya Kirusi ya nasaba ya Romanov, na pia Himaya ya Hohenzollern ya Ujerumani; misafara ya wapiganaji na wakimbizi wa kivita kusababisha kuenea kwa mafua ya Kiihispania, i.e. Spanish flu, yaliyoua watu wengi; silaha mpya, mapigano ya angani na hata silaha za kikemikali[158] kuanzishwa kwenye uwanja wa mapambano; mataifa kadhaa kupoteza ardhi zao; Amerika kuibuka kama taifa lenye nguvu duniani; Mabolshevik kuchukua madaraka nchini Urusi; muono wa raia kujitambulisha zaidi na taifa pamoja na masilahi yake (nationalism) kuibuka katika mataifa ya Ulaya ya Mashariki na Kati—na uliochangia mazingira ya Vita vya Pili vya Ulimwengu[159], kati ya mambo mengine.

Kwa hiyo ingawa matukio yaliyosababisha Vita vya Kwanza yalianzia

---

[157]WW1: Cause and Effect 7-5.2—SC Digital Academy.
[158]Zingatia tiniwayo ya 137 kuhusu jambo hili.
[159]World War 1 I Causes & Effects—Encyclopedia Britannica.

Mfumo wa Taifa 1961-1962

FRANZ FERDINAND, ARCHDUKE OF AUSTRIA-ESTE—BRITANNICA

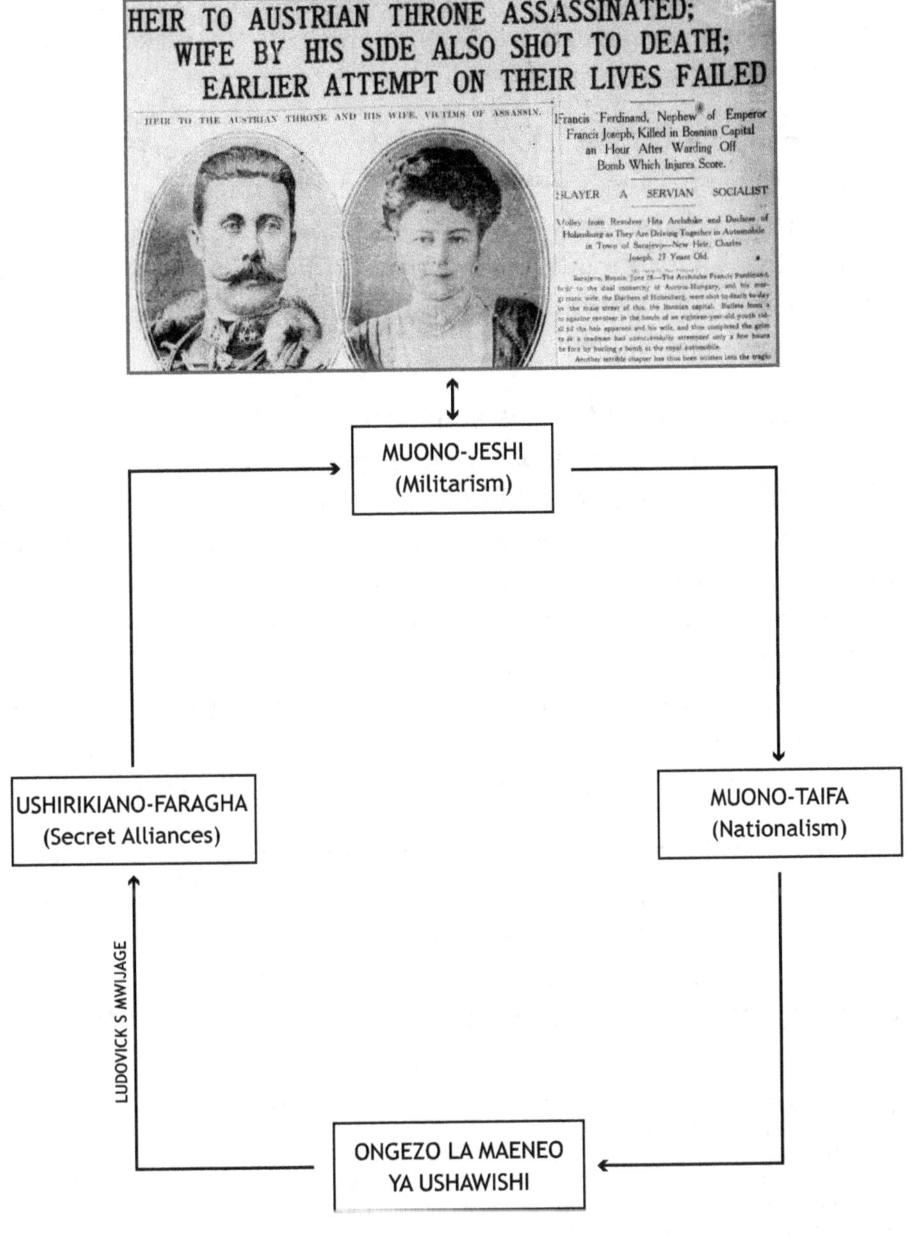

upande mwingine wa dunia, matokeo yake kwa Jimbo la Tanganyika ulikuwa mwisho wa ukoloni wa Kijerumani. Ujio wa wakoloni barani Afrika una mjadala wenye hisia nyingi na historia ndefu.

Kwenye miaka ya 1870 hadi katika mwanzo wa miaka ya 1880 mataifa makuu ya Ulaya hasa ya Kijerumani, Kiingereza, na Kifaransa yalianza kuona bara la Afrika kama chanzo kizuri cha malighafi kutokana na kupanuka kwa sekta za viwanda vya mataifa haya. Kadhalika, mataifa haya pia yalichukulia bara la Afrika kuwa moja ya masoko-tabiriki ya bidhaa za viwanda vyao[160].

Kwa sababu hiyo, mataifa haya yalihitaji kuhami masilahi yao barani Afrika kwa kutuma watu ambao wangeingia mikataba na viongozi wa jadi waliofikiriwa kuwa wawakilishi wa watu kwenye maeneo ambayo waliyalenga. Mathalani, Mfalme Leopold II[161], wa Ubelgiji, ambaye, kwa sababu za kibiashara, alitaka pia awe na koloni barani Afrika, alituma wawakilishi wake Afrika ya Kati kwa madhumuni hayo[162]. Otto von Bismarck[163] wa Ujerumani, ambaye mwanzoni hakuonyesha uchu wa kutaka kuwa na miliki barani Afrika kwa sababu himaya ya taifa lake bado ilikuwa katika hatua muhimu ya kujengeka[164], naye alibadili mawazo yake na kutaka Ujerumani pia iwe na miliki barani Afrika.

Hata hivyo, katika makala yake Elizabeth Heath anasema kuwa katika mchakato wa mataifa ya Ulaya kuwania miliki barani Afrika ulitokea mgongano baina ya Waingereza na Wafaransa huko Afrika Magharibi; Wafaransa kugongana na Mfalme Leopold II wa Ubelgiji huko Afrika ya Kati. Kulingana na Heath, ushindani baina ya Uingereza na Ufaransa

---

[160]Tazama makala ya Elizabeth Heath: Berlin Conference of 1884-1885—Oxford Reference.
[161]Leopold II Summary I Britannica.
[162]Rejea makala ya Elizabeth Heath tiniwayo ya 160.
[163]Otto von Bismark I Biography, Significance, Accomplishments—Bitannica.
[164]Tazama ukurasa wa 14, The Political Development of Tanganyika, J. Clagett Taylor, Stanford University Press (1963), Stanford, California, USA.

ulisababisha Bismarck kuingilia kati; na hatimaye mwishoni mwa 1884 ilibidi aitishe mkutano wa mataifa makuu ya Ulaya na Amerika mjini Berlin[165]. Mkutano huo ambao mara nyingine huitwa Wanio la Afrika (Scramble for Africa) ulianza Novemba 15, 1884, mpaka Februari 26, 1885. Wajumbe wa mkutano huo walijadili, kati ya mambo mengine, madai ya Ureno ya kudhibiti Bonde la Mto wa Kongo; uendeshaji wa biashara huru barani Afrika na kukomesha biashara ya utumwa[166].

Mkutano wa Berlin ulimalizika na mkataba wa Berlin 1885 (Berlin Act 1885)[167] uliosainiwa na wawakilishi wa mataifa 14[168]. Kwa muhtasari, mkutano huu ulirekebisha biashara na majimbo ya ushawishi ya nchi za Ulaya barani Afrika; lakini pia kwa faida ya Waafrika-asili. Hata hivyo, kati ya mataifa 14 yaliyoshiriki mkutano wa Berlin sita kati yao hayakuchukua miliki katika bara la Afrika. Mataifa haya ni: Denmark, Sweden-Norway, Amerika, Udachi, Austria-Hungary, na Urusi.

Kama tulivyojadili mapema, ujio wa ukoloni wa kigeni barani Afrika ulizua mjadala ambao unaendelea hadi sasa. Mjadala huu unatokana na matukio kama mkutano huo wa Berlin. Mathalani, ingawa mkutano huu haukuanzisha mchakato wa mataifa ya Ulaya kufanya Afrika kuwa koloni lao, kuna wanaosema kwamba ulifanya ukoloni uhalalike. Kwa upande mwingine, wapo wanaosema kuwa mbali na watawala wa jadi kuingia mikataba ya ardhi na wawakilishi wa kikoloni kwa vishaufu vichache, Waafrika hawakuwa na kauli yoyote juu ya kumegwa kwa bara lao. Katika makala tuliyozungumzia awali, Heath anasema kuwa kunako 1900 asilimia tisini ya maeneo ya ardhi barani Afrika ilidaiwa na mataifa ya Ulaya.

---

[165]Rejea tena tanbihi ya 160.
[166]Tazama: Berlin West Africa Conference I European History I Britannica.
[167]Tazama mkataba kamili: General Act of the Berlin Conference on West Africa (1885)
[168]Wawakilishi waliosaini mkataba huu walitoka mataifa ya: Denmark, Sweden-Norway (nchi hizi zilikuwa zimeungana kati ya 1814 na 1905), Austria-Hungary, Ufaransa, Uingereza, Ubelgiji, Himaya ya Ottoman, Ujerumani, Hispania, Italia, Amerika, Udachi, Ureno na Urusi.

Lakini pia wapo wenye hoja kwamba kila uchumi, bila kujali muundo au ukubwa wake, lazima uwe na soko. Mathalani, mwenyeji wa Afrika alilima, aliwinda, na alifua vifaa mbalimbali vya kuwezesha kazi hizo kutendwa. Aliuza bidhaa hizi kwenye soko la kijiji ili aweze kujikimu na familia yake. Wakati mwingine angelazimika kwenda nje kabisa ya kijiji chake kutafuta soko jipya. Huko, angejenga mazingira sadifu na nguvu zinazotawala soko. Kusudi la kufanya hivi lingekuwa kujijenga kwa nguvu hizo mbele ya waunzi wenzake ambao wangekuja baada yake, japokuwa kwa njia hiyo pia angekuwa anahakikisha utabiriki wa soko lake jipya. Mbinu hii isingekuwa nje ya taswira ya kutafuta eneo la ushawishi kwa upande wake kwa minajili ya kuhami masilahi yake. Tunayaita masilahi badala ya kusema kwamba ni biashara kwa kuwa kupatikana kwa soko jipya kungemaanisha pia ongezeko la uzalishaji wa bidhaa ili kukidhi mahitaji ya soko lililopanuka.

Ndiyo kusema, ongezeko la uzalishaji wa bidhaa ili kukidhi mahitaji ya soko jipya lingemaanisha pia utoaji ajira kwa wanajumuiya kijijini mwake. Katika hatua hii, kilichoanza kama biashara ya mtu mmoja ili ajikimu na familia yake kinakuwa masilahi kwa kuwa sasa kinahusisha maendeleo na ustawi wa jamii nzima. Na masilahi ya umma hulindwa ili ustawi wa jamii na maendeleo yake visiathirike kwa gharama ya jamii nzima. Hali hii inaeleza kwa nini mtafuta-soko angetaka ajenge mazingira bora (au makubaliano-jalidi) na nguvu zinazotawala soko ili kuhakikisha tabiriko la soko lake jipya. Mfano huu unahusu tu ulinzi wa masilahi ya umma kwenye ngazi ya kijiji. Yangekuwa masilahi ya nchi-taifa huenda mbinu tofauti zingetumika kuyalinda[169].

Kwa vyovyote vile, mfumo wa kiuchumi wa Afrika ya enzi hizo leo hii umekwishafuka kutokana na muingiliano wa kibiashara na kiuchumi kati ya mataifa ya Kiafrika na mataifa ya ulimwengu. Muingiliano huu

---

[169]Hoja hii inaegemea kwenye maelezo yaliyo kwenye mchoro ukurasa wa 107 wa simulizi hii.

tuliouzungumzia tangu kurasa za mbele hauchangii mjadala wa Wanio la Afrika (Scramble for Africa) mbali na kusisitiza kwamba muingiliano wa masilahi (au muingiliano wa mambo mengine yahusuyo amani na usalama wa umma wa ulimwengu) ni jambo lisilokwepeka kwa jamii ya binadamu inayoishi kwenye sayari moja. Tunazungumzia jambo hili kwa mkazo kwa sababu, masilahi ya umma tunayozungumzia hulindwa kwa kuona dunia ilivyo badala ya kuiona ambavyo mtu angetaka iwe.

Kwa vyovyote vile, bila ujio wa ukoloni wa kigeni (upo pia ukoloni wa kienyeji) barani Afrika hailekei kwamba ingekuwepo sababu yoyote ya Waafrika kudai wajitawale. Jambo hili, na mradi wa Afrika kujitawala ni kati ya mambo mengine tutakayotafakari kwa mapana na marefu katika sehemu ya pili ya simulizi hii.

Lakini, kwa sasa, inatosha kusisitiza kwamba ujio wa wavumbuzi na wamishonari wa Kizungu katika Afrika Mashariki ulileta nuru katika maeneo ya ndani ambayo, hadi ujio huo, yalikuwa hayajawasiliana na wageni kutoka mataifa ya nje kwa sababu ya miundombinu mibovu na jiografia ya maeneo yenyewe. Hali hii ilihitilafiana sana na ukanda wa pwani ambao, kutokana na ulipo kijiografia, ulikuwa na mawasiliano na wafanyabiashara kutoka ng'ambo ambao walikuja kuchuuza shanga na nguo kwa viungo, pembe za ndovu na watumwa[170]. Siyo hilo tu bali kwa kuwa ukanda wa pwani wa Afrika Mashariki ulikuwa pia moja ya vituo vya kusafirisha watumwa ugenini, kwa bahati mbaya shughuli hii pia ilichangia maisha ya mji kujengeka kwenye ukanda huu.

Mathalani, Zoë Marsh na G.W. Kingsnorth wanasema kwamba katika karne ya kumi na tano ilikuwepo miji thelathini na saba (37) kwenye ukanda wa pwani kati ya Kilwa na Mogadishu; miji, ambayo, kutokana

---

[170]Ukurasa wa 3, An Introduction to the History of East Africa, Third Edition, Zoë Marsh & G.W. Kingsnorth, The Syndics of the Cambridge University Press (1965), Bantley House, 200 Euston Road, London, N.W. 1, United Kingdom.

na uvumbuzi wa njia mpya kuzunguka Rasi[171] hadi Mashariki ya Mbali, ilikuwa katika ustawi wa hali ya juu[172]. Na inaelekea wafanyabiashara wa Kiarabu, Kihindi na Kiajemi walisaidia kuenea kwa dini ya Kiislamu katika miji hii. Ibn Battuta[173] alipotembelea tena pwani 1331 alijisikia kuwa miongoni mwa Waislamu wenzake[174]. Kwa upande mwingine, ndoa za mchanganyiko kati ya Waarabu na wenyeji ziliwezesha kufuka kwa jamii ya Kiswahili. Utamaduni wa Waswahili unakumbatia mambo mengi ya maisha ya Kiarabu pamoja na dini ya Kiislamu[175].

Historia ya ujio wa Waarabu kwa ajili ya kuchukua makazi ya kudumu kwenye ukanda wa pwani inahusishwa na tukio la kihistoria Arabuni: kuzaliwa kwa Mtume Mohammed huko Mecca A.D. 570. Mafundisho yake juu ya imani ya Kiislamu yaliudhi watawala wa Mecca. Kwa hiyo, 622 alilazimika kukimbilia Medina. Miaka minane baadaye alishinda Mecca. Alipofariki 632, makabila mengi ya huko Arabuni yalikwishakumbatia Uislamu[176]. Kiimani, Uislamu uliunganisha Waarabu.

Hata hivyo, uliibuka mgogoro uliohusu Mrithi wa Mtume Mohammed, i.e. Caliph. Mtafaruku huu uliigawa Himaya ya Kiarabu ambayo wakati huu ilikwishajitanua mpaka huko Syria, Mesopotamia, Uajemi, Misri, Afrika Kaskazini hadi Hispania[177]. Walioshindwa katika mtafaruku huu walikimbilia pwani ya Afrika Mashariki, kati ya sehemu zingine. Pwani hii waliifahamu vyema kutokana na shughuli za awali za kibiashara.

Kingsnorth na Marsh wanasema kwamba hakuna vyanzo vya kuaminika vilivyokwishapatikana kuhusu matukio kwenye pwani ya Afrika Mashariki kutoka karne ya saba mpaka karne ya kumi. Hata hivyo wanasema

---

[171]Tazama ramani ukurasa 2, Marsh & Kingsnorth.
[172]Ukurasa wa 4, Marsh & Kingsnorth.
[173]Ibn Battuta I Biography, History, Travels & Map—Britannica.
[174]Rejea tanbihi ya 172.
[175]Ukurasa wa 8, Marsh & Kingsnorth.
[176]Rejea ukurasa wa 4, Marsh & Kingsnorth.
[177]*Ibid.,*

kwamba upo ushahidi unaoonyesha kuwa wafanyabiashara wa Oman[178] walifahamu vizuri pwani ya Afrika Mashariki kutokana na nafasi ya Oman kijiografia na Bahari ya Hindi[179]. Kwa sababu hiyo, Waomani walikuwa na nafasi nzuri zaidi kibiashara. Na ufahamu wa ukanda wa pwani pia uliwezesha walioshindwa katika mgogoro-tajwa kukimbilia huko.

Kati ya watu waliohusika na mgogoro wa kuhoji uhalali wa Mrithi wa Mtume (i.e. Caliph) ni Suleiman na Ali ambao waliongoza uasi dhidi ya yake kunako mwishoni mwa karne ya saba A.D. Uasi wao uliposhindwa walikimbilia Zenjbar[180], au "nchi ya watu weusi"[181].

Suleiman na Ali walichukua makazi kwenye funguvisiwa vya Lamu. Huko, walijishughulisha na uvuvi, uwindaji, na kilimo. Baada ya muda walifanya biashara. Hata hivyo, baadaye walisemekana kuwa wasakaji wakubwa wa kwanza wa watumwa katika Afrika Mashariki[182]. Makundi mengine mawili ya wakimbizi yaliwasili pia: watu wa Zaid. Hawa walikimbia Yemen na Kaka Saba kutoka El Hasa kwa sababu hawakumpenda Mrithi wa Mtume (Caliph). Kingsnorth na Marsh wanasema kuwa "Kaka Saba" labda walikuwa viongozi saba wa kikundi kikubwa cha wapiganaji waliokimbia El Hasa ambao ulikuwa mji mkuu wa nchi iliyokuwa kusini mwa Mesopotamia[183]. Kaka Saba walishinda ukanda wote wa pwani na kujitanua hadi Mombasa[184]. Na A.D 975 Hasan bin Ali na wanae saba, wa kiume, walisafiri kutoka Uajemi katika meli saba. Kila mmoja katika meli hizi alipata makazi. Kulingana na Marsh na Kingsnorth makazi manne kati ya haya yanafahamika: Mombasa,

---

[178]Oman I History, Map, Flag, Capital, Population & Facts—Britannica.
[179]Ukurasa wa 5, Marsh & Kingsnorth.
[180]*Zenj* ni neno la Kiajemi linalomaanisha rangi nyeusi na *bar* ni pwani: Kingsnorth & Marsh, ukurasa wa 5.
[181]*Ibid.,*
[182]Rejea ukurasa wa 5, Marsh & Kingsnorth.
[183]*Ibid.,*
[184]Rejea tena ukurasa wa 5, Marsh & Kingsnorth.

Pemba, Johanna kwenye Visiwa vya Ngazija (Comoro Isles), na Kilwa ambapo Hasan bin Ali mwenyewe alichukua makazi[185]. Tangu A.D. 975 (wakati Hasan bin Ali na wanae walipochukua makazi Kilwa) hadi 1498 Vasco da Gama[186] alipotia nanga Mombasa kinachukuliwa kuwa kipindi cha Himaya ya Zenj, i.e. Zenj Empire. Lakini Kingsnorth na Marsh wanasema miji thelathini na saba kati ya Mogadishu na kundi la Kilwa haikuwa chini ya hakimiya moja kama taifa ingawa Kilwa iliongoza na pia kuunganisha miji mingine kibiashara. Wanasema kwamba makazi makubwa kwenye ukanda wa pwani yalikuwa Kilwa, Tumbata, Pemba, Zanzibar, Vumba, Fungu visiwa vya Lamu na Mogadishu[187].

Kwa vyovyote vile, Marsh na Kingsnorth wanasisitiza kwamba baadhi ya miji huenda ilijengwa katika karne ya kumi na mbili au kumi na tatu. Wanasema katika karne ya kumi na tano, miji hii ilikuwa na nyumba zilizojengwa kwa mawe na udongo mchanganyiko; na zilizungukwa na ardhi iliyolimwa na watumwa. Wanaongeza kusema kuwa, huenda yalikuwepo makazi madogo kati ya miji yakiwa na msikiti na labda nyumba ya muniri iliyojengwa kwa matumbwe[188]. Kingsnorth na Marsh wanaongeza kusema kuwa makazi mengi yalikuwa visiwani[189]. Makazi mengine kama vile Mombasa yalitengwa upande mwingine na ukanda mwembamba wa maji. Makazi yalikuwa visiwani kwa sababu, wamiliki wake wengi wao walikuwa wafanyabiashara ambao walitegemea bahari. Visiwa vilijengewa ngome; na polepole kwa namna hiyo miji ilijengwa nyuma ya ngome hizo za ulinzi[190]. Kutokana na magofu, kama yalivyochunguzwa na Marsh na Kingsnorth, inaelekea wajenzi wa miji hii walikuwa na kumbukumbu za nyumbani kwao.

---

[185]Rejea tena tiniwayo ya 184.
[186]Vasco da Gama I Biography, Archivements, Route, Map—Encyclopedia Britannica
[187]Ukurasa wa 6, Marsh & Kingsnorth.
[188]*Ibid.*,
[189]Rejea ramani ukurasa wa 2, Marsh & Kingsnorth.
[190]Rejea ukurasa wa 6, Marsh & Kingsnorth.

Mathalani, wanasema huko Kilwa aina ya majengo ya mawe, nakshi za mbao za kuezekea nyumba zilivyotemwa na kusuka kwa pamba, vyote vilitoa taswira ya Uajemi. Tangu Hasan bin Ali alipoinunua kutoka kwa wenyeji, Kilwa ilikuwa sehemu muhimu. Na kutokana na wasiwasi kuwa huenda wenyeji wangerudi na kuitwaa tena, Hasan alichimba mfereji kati ya mji na bara na kwa namna hii kufanya Kilwa kuwa kama kisiwa wakati wote. Baada ya kuongeza ngome kwenye mfereji, Kilwa ilikuwa na nguvu kiasi kwamba Hasan aliweza kudhibiti pwani kutoka Sofala hadi Pemba[191].

Kwa muhtasari, ujio wa Waarabu na Waajemi kwa lengo la kuchukua makazi ya kudumu kwenye ukanda wa pwani ya mashariki ya Afrika uliwapa wenyeji walioishi kwenye sehemu hii maisha ya mji ambayo yaliwatofautisha na wenyeji wengi walioishi maeneo ya ndani[192].

J. Clagett Taylor anasema kuwa, hadi karne ya kumi na tisa maeneo ya ndani kwenye jimbo ambalo baadaye liliitwa Tanganyika yalikuwa nyuma sana yakilinganishwa na ukanda wa pwani. Mbali na matatizo ya miundombinu na kutopakana na bandari, Taylor anasema tatizo jingine kubwa lililosababisha hali hii ni biashara ya utumwa. Anasema biashara hii ilisababisha makabila yenye nguvu kushambulia makabila dhaifu ili yapate watu wa kuuza kwenye msafara (caravan) unaofuata. Mnato wa kikabila, ukosefu wa mawasiliano na ulimwengu wa nje, na madhara ya biashara yenyewe ya utumwa kwa pamoja vilisababisha maeneo ya ndani kudumaa mpaka ujio wa Wazungu[193]. Na ni dhahiri kama usingekuwa ujio huu maeneo ya ndani yangeendelea kudumaa. Na udumavu wa kipindi kirefu ungegeuka udumavu-mkongwe ambao usingebadilika abadani. Kikundi cha watu (i.e. kabila) kilichonatana; chenye asili moja; lugha na utamaduni wa kijamii wa namna moja

---

[191]Rejea tena uk. 6, Marsh & Kingsnorth [pia: Kilwa I History & Facts I Britannica].
[192]Ukurasa wa 5/6, Marsh & Kingsnorth.
[193]Tazama ukurasa 12/13, Clagett Taylor.

kisipokuwa na mawasiliano ya aina yoyote na dunia inayokizunguka wala elimu[194], udumavu wa kipindi kirefu hufuka na kuwa udumavu-mkongwe. Udumavu-mkongwe hujengea kikundi muono wa kipekee na ambao hukifanya kione dunia kinayoishi kuwa ya kwake peke yake na hivyo kuona jamii za nje kama tishio kwake.

Mfano mzuri wa kufafanua zaidi hoja hii ni kabila la Kisentineli liishilo kaskazini mwa Kisiwa cha Sentinel, Visiwa vya Andaman na Nicobar. Kabila hili ni la watu weusi na linasemekana kuwa la kizazi cha watu wa mwanzo waliotoka Afrika. Linaaminika kuishi kwenye kisiwa hiki kwa takribani miaka 60,000[195]. Lakini kabila hili halina mawasiliano kabisa na dunia ya nje. Kuna zaidi. Kikundi cha watu kikijitenga kwa kipindi kirefu na ulimwengu wa nje huweza kusababisha kinga ya miili ya watu wake kuwa hafifu. Kwa sababu hii, wakitembelewa na jamii za nje si ajabu wadhurike *en masse* kutokana na maradhi ya kawaida kama vile mafua au surua. Lakini tishio kubwa kutoka watu wa kabila hili ni chuki ya kukithiri dhidi ya wageni.

Katika makala yake kutoka Port Blair kwa gazeti la *The Times* nchini Uingereza, Sunetra Chakravarti anasema kwamba rubani wa Kihindi na mwenzake walinusurika kuuawa kwa mishale yenye sumu kutoka watu wa kabila hili. Kulinda kabila hili dhidi ya uwezekano wa kupata maradhi kutoka kwa wageni (au pia kulinda watu kutoka jamii za nje wasishambuliwe na watu wa kabila hili) mamlaka ya Kihindi yalifanya eneo hili kuwa hifadhi ya kikabila ambayo hairuhusiwi kuitembelea. Hata hivyo, ilibidi mamlaka yatume ndege kwenye anga la kabila hili kubaini msaada gani wa dharura ulihitajika kutokana na mafuriko ya tsunami. Rubani na mwenzake walipoanza kushuka kutoka anga la juu kusudi waone vizuri hali ya chini, walirushiwa mishale yenye sumu na

---

[194]Maarifa na maendeleo ambayo hutokana na mchakato wa binadamu kuelimishwa.
[195]Tazama video: Who are the Sentinalese tribe? —BBC [Tanzania: MFUMO WA TAIFA/047].

wenyeji wa kabila hili[196]. Kwa bahati nzuri walinusurika. Hata hivyo, siyo wote walioepuka kifo.

Novemba 17, 2018, John Allen Chou, 27, mmishonari wa Kimarekani, aliuawa alipokwenda kwenye eneo hilo lindwa kwa lengo la kuhubiri imani ya Kikristo. Mamlaka ya Kihindi yalilazimika yaache jitihada ya kupata mwili wake kuepuka makabiliano na kabila hili[197]. Siyo hilo tu, bali miaka miwili iliyotangulia mauaji ya mmishonari huyu wavuvi wawili waliuawa na watu wa kabila hili na kisha miili yao kutundikwa kwenye mianzi[198]. Kulingana na Chakravarti, watu wa kabila hili huvaa makuti ya minazi viunoni, na shingoni mwao pia huvaa mifupa ya jamaa zao waliofariki zamani. Chakravarti ananukuu mvumbuzi wa Kiitalia Marco Polo[199] ambaye alipitia eneo lao 1296 kama alisema, baadhi ya viungo vya watu wa kabila hili kidogo vilikuwa tofauti na viungo vya watu wa kawaida[200]. Bila ujio wa Wamishonari wa Kizungu, hali ya wenyeji kwenye maeneo ya ndani ya Tanzania bara ya sasa ingekuwa mbaya kuliko kipindi kilichotangulia kusoma na kuandika.

Kwa vyovyote vile, ukoloni wa Kijerumani katika maeneo ya Ruanda, Urundi, na Tanzania bara ya sasa ulifuatia ujio wa Dr Carl Peters[201], mvumbuzi na mwasisi wa taasisi ya Kijerumani ya kusaka makoloni, i.e. Society for German Colonisation. Peters aliwasili jimboni 1884 akifuatana na ujumbe wa watu wachache. Katika muda wa wiki sita, Peters alikamilisha mikataba kumi na miwili na machifu wa Usagara, Uzeguha, na Ukami, kwa kuwapa vishaufu vichache[202].

---

[196]Tazama: Clear off! We don't want you to help us, from Sunetra Chakravarti in Port Blair, *The Times*, Thursday, January 6, 2005.
[197]John Allen Chou: "Incredibly dangerous" to retrieve body from North Sentinel—BBC.
[198]*Ibid.*,
[199]Marco Polo I Biography, Accomplishments, Facts, Travels—Britannica.
[200]Rejea tiniwayo ya 196
[201]Carl Peters I German Explororer—Britannica.
[202]Rejea ukurasa wa 14, Clagett Taylor.

Athari za udumavu-mkongwe: Mmishonari wa Kimarekani, John Allen Chou (kulia), aliuawa na watu wa kabila la Kisentineli akijaribu kuwasha mshumaa katika giza nene la watu wa kabila hili lisilo na mawasiliano kabisa na dunia ya nje. Kushoto, memba wa kabila hilo aki-lenga mshale wake kwa marubani wa helikopta walioingia anga lao kutathmini mahitaji yao ya dharura kufuatia mafuriko ya tsunami 2004.

Inawezekana machifu hawakuelewa mikataba waliyosaini ilimaanisha nini. Mathalani, mkataba wa Mangungo, Sultani wa Msovero, Usagara, na Peters ulitumia lugha iliyopendelea upande wa Peters peke yake: Sultani wa Msovero "anatoa ardhi yake yote na kilichomo kwa Dr Carl Peters kama mwakilishi wa [taasisi ya Kijerumani ya kusaka makoloni] kwa matumizi yoyote na wakati wote"[203]. Kwa sababu ya lugha hii, na ukweli kwamba malipo machifu waliyopokea hayakulingana na ardhi kubwa waliyoitoa kwa taasisi ya Peters, ni vigumu kuamini mikataba hii ilikuwa na maana yoyote. Siyo hilo tu, bali machifu hawakuwa na mamlaka (au idhini) ya kuisaini kwa sababu sehemu-husika zilikuwa miliki za Usultani wa Zanzibar[204]. Lakini mbali na utata huu, mikataba hii ilikuwa muhimu kwa sababu mamlaka ya Kijerumani yaliitambua na kuiidhinisha[205].

Kutokana na hali hiyo, Februri 27, 1885, siku moja baada ya mkataba wa Berlin (Berlin Act 1885) kusainiwa, Kaiza (Empara) wa Ujerumani alimpa Peters Hati (charter) iliyolinda ardhi aliyoipata na kumruhusu aiweke chini ya manejimenti ya taasisi yake. Baadaye, Peters aliunda kampuni ya Kijerumani (German East Africa Company) na kuhamishia huko haki zote za ardhi aliyoipata kutoka kwa machifu[206]. Na ingawa Machi 3, 1885, mamlaka nchini Ujerumani yalitangaza rasmi kulinda ardhi yote Peters aliyoipata kwa mikataba yake na machifu, Sultani Barghash[207] alipata taarifa hiyo Aprili 25[208]. Alituma ujumbe kwa Kaiza akilalamika vikali miliki zake kuchukuliwa kinyemela: "Majimbo haya ni yetu", Barghash alimueleza Kaiza, "na tuna vituo vya kijeshi huko, na hao machifu wanaojidai kutoa hakimiya [ya majimbo hayo] kwa mawakala [wa taasisi ya Peters ya kusaka makoloni] hawana mamlaka

---

[203]Tazama ukurasa wa 99, Marsh & Kingsnorth.
[204]*Ibid.,*
[205]Rejea ukurasa wa 99, Marsh & Kingsnorth.
[206]Rejea tena ukurasa wa 14, Clagett Taylor.
[207]Barghash I Sultan of Zanzibar—Britannica.
[208]Ukurasa wa 100, Marsh & Kingsnorth.

ya kufanya hivyo"[209]. Lakini malalamiko ya Barghash hayakubadili *fait accompli* iliyomkabili. Badala yake, mamlaka ya Kijerumani yalielekea kutaka Barghash atambue kuwa kilichotokea haukuwa mzaha. Kuwa na hakika, kunako Agosti 1885 meli tano za kivita za Kijerumani zilitia nanga bandarini Zanzibar[210] na kumtaka Barghash atengue malalamiko yote dhidi ya mikataba Ujerumani iliyoingia na Masultani wa Usagara, Nguru, Uzeguha, Ukami, na Witu, la sivyo angekuwa katika matata[211]. Sultani Barghash alikubali matakwa ya Wajerumani baada ya Sir John Kirk[212], ofisa mwandamizi wa Kiingereza nchini Zanzibar, kumshauri afanye hivyo[213]. Dhahiri, bila msaada wa Kiingereza Barghash hakuwa na uwezo wa kufanya Berlin yenyewe itengue uamuzi iliouchukua.

Na ingawa Sir John alikuwa upande wa Barghash[214], haielekei kwamba Waingereza wangemsaidia (Barghash) katika jambo hili. Katika kipindi hiki ilielekea mambo ya ulinzi na usalama yalipewa kipaumbele zaidi. Mathalani, huko nchini Sudan Jenerali Charles Gordon aliuawa Januari 26, 1885, na wafuasi wa Al-Mehdi, baada ya Khartoum kuzingirwa[215]. Kufuatia tukio hili, hali nchini humo ilikuwa bado haijatengemaa. Na huko nchini Misri ilikuwepo hali isiyo ya kirafiki na Ufaransa ambayo ingeweza kusababisha malumbano ya silaha[216]. Na mzozo wa Panjdeh (Penjdeh Crisis, 1885) ulibeba athari za kipindi kirefu kwa Waingereza na Raj[217]. Yote haya yalikuwa masuala-nyeti kwa upande wa mamlaka ya Kiingereza. Kwa sababu hiyo, huenda isingekuwa busara Uingereza kuzua ugomvi na Ujerumani juu ya Barghash kupokonywa miliki zake za bara—hata kama wangetaka kumsaidia.

---

[209]Rejea ukurasa wa 100, Marsh & Kingsnorth.
[210] Rejea tena ukurasa wa 14, Clagett Taylor.
[211]Ukurasa wa 102, Marsh & Kingsnorth.
[212]Sir John Kirk I British Official—Britannica.
[213]Rejea ukurasa wa 100, Marsh & Kingsnorth.
[214]Ukurasa wa 101 Kingsnorth & Marsh.
[215]Tazama: Siege of Khartoum I Facts, Context, & Aftermath—Britannica.
[216]Rejea tena ukurasa wa 101, Kingsnorth & Marsh.
[217]The Panjdeh Crises, 1885, J.M. Brereton, History Today, Volume 29, Issue 1, January 1979.

Sultani Seyyid Barghash bin Said al-Busaid alipokonywa ma-
jimbo ya Usultani wa Zanzibar kinyemela na Dr Carl Peters
wa taasisi ya Kijerumani ya kusaka makoloni.

MASULTANI WA USULTANI WA ZANZIBAR TANGU 1832 HADI 1964

SEYYID bin SULTAN 1832-1856	MAJID bin SAID 1856-1870	BARGHASH bin SAID 1870-1888
KHALIFA bin SAID 1888-1890	ALI bin SAID 1890-1893	HAMED bin THUWAIN 1893-1896
KHALID bin BARGHASH 1896 (SIKU 2)	HAMOUD bin MOHAMMED 1896-1902	ALI bin HAMOUD 1902-1911
KHALIFA bin HAROUB 1911-1960	ABDULLA bin KHALIFA 1960-1963	JAMSHID bin ABDULLAH 1963-1964

1=IMAM SEYYID SAID ALIKUWA MTAWALA WA OMAN NA ZANZIBAR 1806-1856

LUDOVICK S MWIJAGE

TAZAMA PIA UKURASA WA 150 KINGSNORTH & MARSH

Hata hivyo, Usultani wa Zanzibar ulipoteza miliki muhimu kama vile sehemu ya mwanzo ya njia ya kibiashara iliyokwenda eneo la ndani kupitia Tabora na Ujiiji, na pia eneo jingine mkabala wa Zanzibar[218].

Lakini huo haukuwa mwisho wa habari mbaya kwa Sultani Barghash na majimbo yake. Mwanzoni, Wafaransa, Waingereza, na Wajerumani, walifikiria uwezekano wa kuunda tume ambayo ingechunguza madai ya Sultani kuwa na miliki kadhaa katika Afrika Mashariki na kutambua mipaka yake. Wazo hili lilikubalika na tume ya kuweka mipaka, i.e. Delimitation Commission, iliundwa. Ilianza kazi yake Januari 1886[219]. Ilikuwa na mwakilishi mmoja kutoka kila mataifa haya. Ilikuwa lazima wawakilishi wote watatu wakubaliane katika ripoti yao. Katika kipindi cha miezi michache iliyofuata, tume hii ilitembelea kila bandari kuu kutoka kusini Cabo Delgado (Msumbiji) mpaka Kaskazini Mogadishu (Somalia). Tume ilifanya mahojiano na vyanzo mbalimbali. Kulingana na Taylor, mwakilishi wa Kiingereza, Kanali H. H. Kitchener, aliripoti kwa Lord Roseberry wa wizara ya mambo ya nchi za nje kwamba kila sehemu waliyokwenda serikali ya Sultani ilikuwa imejiimarisha[220]. Katika jambo hili memba wote wa tume walikubaliana. Hata hivyo, hawakukubaliana juu ya mamlaka ya Sultani yalikwenda ndani kiasi gani kutoka kwenye bandari. Wawakilishi wa Kiingereza na Kifaransa waliamini mamlaka ya Sultani yalikwenda ndani hadi maili arobaini. Mwakilishi wa Kijerumani hakukubaliana nao. Kwa kuwa ilibidi memba wote wa tume wakubaliane kwenye ripoti yao, tume ilipendekeza Usultani wa Zanzibar uachiwe bandari zake na ukanda wa ardhi wa pwani wa maili kumi japokuwa bila kutaja kwamba wawakilishi wa mataifa ya Kiingereza na Kifaransa walifikiri Sultani alipashwa kuwa na maili zaidi kwenda eneo la ndani.

---

[218]Rejea tena ukurasa wa 100, Marsh & Kingsnorth.
[219]Ukurasa wa 15, Clagett Taylor.
[220]*Ibid.,*

Wakati hayo yakijiri, ulikuwepo wasiwasi kwamba Ujerumani ilinuia kudhibiti ukanda wote wa pwani. Jambo hili lilisababisha uwezekano wa kutenga maeneo ya ushawishi baina ya mataifa makuu ya Ulaya katika mashariki ya Afrika ufikiriwe.

Kwa hiyo, baada ya ripoti ya tume-tajwa kupokelewa, makubaliano ya kulitenga jimbo kwa kusudi hilo yalifikiwa Novemba 1, 1886, baina ya mamlaka za Kiingereza na Kijerumani[221]. Na ingawa Sultani hakuwaki-lishwa kwenye tume ya kuweka mipaka (Delimitation Commission), au kwenye mazungumzo ya kutenga maeneo-tajwa, kwa makubaliano hayo Ujerumani na Uingereza zilitambua mamlaka ya Sultani kwenye ukanda wa pwani mpaka kiasi cha maili kumi kwenda ndani kuanzia kusini mwa Mto Ruvuma hadi kaskazini Kipini (Kenya)[222]. Mataifa haya mawili pia yalitambua miji ya Kisimayu, Barawa, Merka, Mogadishu na Warsheik kuwa chini ya Usultani wa Zanzibar[223]. Kadhalika, mataifa haya pia yalitambua visiwa vya Zanzibar, Pemba, Mafia, na Lamu, pia kuwa chini ya hakimiya ya Usultani wa Zanzibar[224]. Siyo hilo tu, bali mataifa haya pia yalikubaliana kuwa jimbo kati ya mito Ruvuma na Tana litengwe katika maeneo ya ushawishi wao kwa mpaka ambao leo hii ni wa Kenya na Tanganyika[225]. Isitoshe, Uingereza ilikubali kuunga mkono Ujerumani kuanzisha ofisi ya forodha mjini Dar-Es-Salaam, na kwa njia hiyo Dar-Es-Salaam kuwa miliki ya Kijerumani iliyokodeshwa kutoka mamlaka ya Usultani wa Zanzibar[226]. Kadhalika, Uingereza ilitambua Witu na korido yake kuelekea baharini kwenye ghuba ya Manda (kwenye Funguvisiwa vya Lamu) kuwa miliki ya Kijerumani[227].

---

[221]Rejea tena ukurasa wa 15, Clagett Taylor.
[222]*Ibid.,*
[223]Ukurasa wa 104, Marsh & Kingsnorth.
[224]*Ibid.,*
[225]Rejea tena ukurasa wa 104, Marsh & Kingsnorth.
[226]*Ibid.,*
[227]Rejea tena ukurasa wa 104, Kingsnorth & Marsh.

Kwa kifupi, chini ya mkataba wa Julai 1, 1890, Ujerumani ilitambua Uingereza kuwa mlinzi wa taifa la Zanzibar; ilisitisha madai yote ya kutaka maeneo zaidi kwenye sehemu yoyote ya pwani, au maeneo ya ndani kaskazini mwa Mto Tana, na pia kukubali mpaka uliogawanya sehemu mbili za ushawishi wao kupanuliwa kuelekea magharibi mwa Ziwa Victoria hadi mpaka wa Congo Free State[228]. Kwa upande wake, Uingereza iliachia Helgoland[229] (kisiwa kwenye Bahari ya Kaskazini[230]) kwa Ujerumani kwa makubaliano kuwa masilahi ya Kijerumani katika Afrika Mashariki yangebaki Tanganyika[231]. Isitoshe, Uingereza ilikubali kushawishi Usultani wa Zanzibar "kuachia kabisa" ukanda wa pwani wa maili kumi, ambao tayari ulikuwa umekodeshwa kwa kampuni ya mashariki ya Kijerumani, kwa fidia ya kifedha[232].

Clagett Taylor anasema kuwa makubaliano ya baadaye yalikuwa mark (malipo halali ya Kijerumani wakati huo) milioni nne (ambazo ni sawa na £200,000 za Kiingereza wakati huo)[233]. Septemba 25, 1890, Sultani Ali bin Said, aliyemrithi kaka yake Khalifa, aliridhia makubaliano haya ingawa kwa shingo upande[234]. Novemba 4, 1890, Zanzibar ilitangazwa kuwa taifa linalolindwa na Uingereza[235]. Eneo lote kati ya Msumbiji na eneo la ushawishi la Kiingereza kaskazini lilikuwa mashariki ya Afrika ya Kijerumani, i.e. German East Africa. Eneo hili kubwa kama lilivyo-rekebishwa na mikataba ya 1886 na 1890 (tazama ramani ukurasa wa 98, Marsh & Kingsnorth) ndiyo Tanzania bara ya sasa, kasoro tu miliki

---

[228]Ukurasa wa 16, Clagett Taylor.
[229]Kisiwa cha Helgoland kilikuwa chini ya Denmark tangu 1714. Kilichukuliwa na Uingereza 1807 na baadaye kukabidhiwa rasmi kwa Waingereza 1814 hadi kilipobadilisha mikono tena na kuwa chini ya Ujerumani—na kilibadili mikono mara kadhaa: Helgoland I Island, Germany—Britannica.
[230]North Sea I Definition, Location, Map, Countries & Facts—Britannica.
[231]Tazama ukurasa wa 224, The African Kaleidoscope, Pieter Lessing, Collins, St. Jame's Place, (1962), London, United Kingdom.
[232]Rejea ukurasa wa 16, Clagett Taylor.
[233]*Ibid.,*
[234]Rejea tena ukurasa wa 16, Clagett Taylor.
[235]*Ibid.,*

hii ya Kijerumani ilijumuisha maeneo ya Ruanda (Rwanda) na Urundi (Burundi) ambayo yalipakana na taifa huru la Kongo la wawekezaji wa Kizungu, i.e. Congo Free State[236].

Kwa muhtasari, Wafaransa, Waingereza, na Wajerumani waliwekeana mikataba mbalimbali iliyorekebisha maeneo yao ya ushawishi katika mashariki ya Afrika[237].

Kwa vyovyote vile, Usultani wa Zanzibar kuwa taifa-lindwa haikuathiri hakimiya yake. Badiliko lilikuwa Sultani kukubali kuwa wa kikatiba, (Constitutional monarch) aliyetawala kupitia serikali[238]. Hata hivyo, Uingereza ilikuwa na mamlaka juu ya masuala ya mambo ya nje. Na ingawa mambo ya ndani yalibaki mikononi mwa Usultani wa Zanzibar, Uingereza bado ingeweza kutoa ushauri-jalidi katika mambo yahusuyo mrithi wa Sultani[239]. Mathalani, Agosti 27, 1896, Uingereza ililazimika kushambulia makazi ya Sultani baada ya Khalid bin Barghash kupuuza onyo la kuondoka kwenye makazi hayo baada ya kujitangaza kuwa Sultani mpya lakini bila mamlaka ya Kiingereza kuridhia. Wajerumani walimpa hifadhi Dar-Es-Salaam, na Hamud bin Mohammed kuchukua nafasi yake kama Sultani[240]. Lakini kuna zaidi. Kulingana na Lessing, kwa kuwa sasa Sultani alikuwa wa kikatiba (constitutional monarch) serikali yake iliendeshwa na maofisa wa Kiingereza[241].

Kwa upande mwingine, Uingereza pia iliingilia mambo ya ndani ya

---

[236]Tazama: Congo Free State I Historical State, Africa I Britannica (tazama pia ukurasa wa 17, Clagett Taylor).

[237]Tazama orodha kamili kutoka ukurasa wa 539 hadi 662 & 970 hadi 974, The Map of Africa by Treaty, Vol.II, Great Britain & France to Zanzibar Nos 103 to 208, by Sir Edward Hertslet, K.C.B, Printed for Her Majesty's Stationary Office by Harrison and Sons, St. Martin's Lane (1894) London. Kwa orodha ya mikataba ya Usultani wa Zanzibar na mamlaka za kigeni tazama ukurasa wa 923 hadi 966 & 975 hadi 977.

[238]Rejea ukurasa wa 223, Lessing.

[239]Ukurasa wa 57, Zanzibar: Background to Revolution, Michael F. Lofchie, Princeton University Press, N.J. (1965) USA.

[240]Tazama: Anglo-Zanzibar War I Summary, Facts, & Duration I Britannica.

[241]Rejea tena ukurasa wa 223, Lessing.

Usultani huu kwa kuutaka utekeleze lengo la Kiingereza la kukomesha biashara ya utumwa, na utumwa wenyewe. Hazina pia haikuwa chini ya mamlaka ya Usultani wa Zanzibar aidha[242].

Bado kuna zaidi. Kufuatia kifo cha Sultani Said 1856, wanae wa kiume walizozana kuhusu mirathi na nafasi ya kikatiba baina ya Sultani za Zanzibar na Muscat. Kupata suluhisho, Lord Canning[243], Gavana-Mkuu wa India, aliombwa aingilie kati. Lord Canning aliamua kuwa Sultani hizi hazikutegemeana kikatiba[244] (tazama pia Kiambatisho B mwishoni mwa sehemu hii). Lofchie anasema kwamba kikatiba, uamuzi wa Lord Canning uliimarisha madai ya Usultani wa Zanzibar kuwa na hakimiya juu ya miliki tulizozungumzia mapema—kama ulivyoimarisha Usultani wenyewe kisheria. Lakini kisiasa, Lofchie anasema kwamba uamuzi huu ulifanya taifa la Zanzibar litegemee zaidi Himaya ya Kiingereza kuliko awali[245]. Kutokana na mifano hii ni salama kuhitimisha kuwa, Zanzibar haikuwa na mkono-huru *per se* kuendesha mambo yake ya ndani ipendavyo.

Kwa upande mwingine, tukirejea wingi wa mikataba ambayo Usultani wa Zanzibar uliingia na mamlaka za nje[246], ni wazi kwamba taifa hili lilikuwa moja ya mataifa ya kibiashara katika Bahari ya Hindi ambayo yalivutia nchi zingine duniani. Na kama tulivyotafakari awali, uhasimu wa "maeneo ya ushawishi" kwenye mashariki ya Afrika ulitishia uhai wa Usultani huu kama taifa. Kwa maneno mengine, kama mamlaka ya Kiingereza yasingeweka Zanzibar chini ya ulinzi wake pengine mataifa mengine ya Ulaya yangeichukua kwa mabavu. Kama tutakavyotafakari baadaye katika sehemu ya pili ya simulizi hii, ujenzi wa Usultani wa

---

[242]Ukurasa wa 151, Marsh & Kingsnorth.
[243]Charles John Canning, Earl Canning I British Official—Britannica.
[244]Ukurasa 55, Lofchie.
[245]*Ibid.,*
[246]Rejea tiniwayo ya 237.

Zanzibar pamoja na mafanikio yake ya mwanzo ya kiuchumi vilibeba hatari ambazo zilichangia mapinduzi ya kimbari yaliyobadili mandhari ya kisiasa ya visiwa hivi.

Lakini, kwa sasa, inatosha kusema kwamba ingawa Kilwa ilifanikiwa kama mji wa kibiashara katika karne ya kumi na nne na kumi na tano, makazi ya zamani ya Waarabu yaliyochukuliwa na Wareno baada ya ushindi wao wa mashariki ya Afrika yalikuwa maskini zaidi na katika hali ya kufifia[247]. Wareno walishinda mashariki ya Afrika miaka kumi baada ya Vasco da Gama kurejea Ureno 1499[248]—mwaka mmoja baada ya kutia nanga katika bandari ya Mombasa 1498[249]. Na Matarajio ya Wareno kuhodhi biashara yote na uchumi katika mashariki ya Afrika na kwenye Bahari ya Hindi pia yalikwenda mrama[250]. Katika hatua hii, kampuni za Kiingereza, na kampuni za Kidachi zilizokuwa mashariki mwa India zilianza kuchukua nafasi ya Wareno. Ilikuwa mbio dhidi ya muda! Kwani, mwaka mmoja baada ya Imam Seif bin Sultan kukamata Ngome ya Yesu (Fort Jesus)[251] 1698, alifukuza Wareno kutoka Kilwa na Pemba (1699)[252]. Alipotakiwa kurejea Oman kufuatia kuibuka kwa uasi mwingine huko, aliacha Waarabu wa Oman kutawala miji mbalimbali katika Afrika Mashariki. Mathalani, Mombasa aliiacha kwa kiongozi wa familia ya Mazrui. Kukamatwa kwa Ngome ya Yesu na kufukuzwa kwa Wareno kutoka Kilwa na Pemba unachukuliwa kuwa mwisho wa miaka mia mbili ya utawala wa Kireno katika Mashariki ya Afrika—kaskazini mwa miliki yake ya Msumbiji[253] ambayo pia ilijitawala Juni 25, 1975.

Kwa vyovyote vile, kwamba serikali ya Uingereza iliachia Helgoland

---

[247]Ukurasa wa 13, Marsh & Kingsnorth.
[248]Ukurasa wa 10, Marsh & Kingsnorth.
[249]Rejea ukurasa wa 6, Marsh & Kingsnorth.
[250]Ukurasa wa 12, Marsh & Kingsnorth.
[251]Ngome ya Yesu (Fort Jesus) ilijengwa na Wareno 1593-1596 kuhami bandari ya Mombasa. Ni ngome ya kijeshi ya kuvutia: Fort Jesus, Mombasa—UNESCO World Heritage Centre.
[252]Ukurasa wa 16, Marsh & Kingsnorth.
[253]*Ibid.,*

kwa Wajerumani ili ipate udhibiti wa Usultani wa Zanzibar ilionyesha nia na upeo wa serikali hii kushughulikia tatizo la utumwa. Na kwa sababu. 1788 Mbunge William Wilberforce[254] alianzisha kampeni dhidi biashara hii. Hatimaye kampeni yake ilionyesha mafanikio 1807 Bunge la Kiingereza lilipopitisha sheria iliyopiga marufuku kujishughulisha na namna zote za biashara ya utumwa. Ingawa biashara ya utumwa bado iliendelea, sheria mpya iliyopitishwa na Bunge hilo 1833 ilifuta hadhi ya utumwa kisheria[255]. Fidia ya £20,000,000 ililipwa kwa wamiliki wa watumwa[256]. Na ingawa sheria hizi mbili zilijalidi nchini Uingereza na kwingineko katika majimbo ya nje yaliyokuwa chini ya hakimiya yake, bado upeo wake ulikuwa mpana. Aidha, kwa kupiga marufuku meli za Kiingereza kufanya biashara hii, serikali haikuwa tayari kuona mataifa mengine yanajinufaisha kiuchumi katika nafasi ya Uingereza[257].

Hata hivyo, mbali na hoja ya kiuchumi ulikuwepo pia msimamo thabiti nchini Uingereza wa kutaka utumwa ukomeshwe duniani. Kingsnorth na Marsh wanasema kuwa msimamo huu ulitokana na umma wa taifa hili kutambua hali na upeo wa athari za utumwa katika mashariki ya Afrika kutokana na masilahi ya Kiingereza huko India na katika Bahari ya Hindi[258]. Yote haya yanaeleza kwa nini Waingereza walikuwa katika mstari wa mbele kukomesha biashara hii; na kwa nini pia walianzia mashariki ya Afrika iliyokuwa imeathirika zaidi hasa katika maeneo ya ndani ambapo makabila yaliyokuwa na nguvu yalishambulia makabila dhaifu kusudi yapate watu wa kuuza kwenye misafara (i.e. caravans) iliyofuata[259]. Kwa hiyo, msimamo wa Uingereza kutaka utumwa uishe ulielekea pia kutaka amani irejeshwe katika maeneo ya ndani dhidi ya muendelezo wa vita vya watu kukamatana ili wauzane utumwani.

---

[254]William Wilberforce I biography, Achievements, & Facts—Britannica.
[255]Ukurasa wa 41/42, Marsh & Kingsnorth
[256]*Ibid.,*
[257]Rejea ukurasa wa 42, Kingsnorth na Marsh.
[258]*Ibid.,*
[259]Rejea tena ukurasa wa 12, Clagett Taylor.

Awali, tulizungumzia umuhimu wa ujio wa wamishonari na wavumbuzi wa Kizungu kwenye maeneo ya ndani[260]. Mathalani, maelezo ya kina ya Dr. David Livingstone[261] juu ya athari za biashara ya utumwa katika sehemu za ndani katika mashariki ya Afrika yaliwapa msukumo mpya wanakampeni waliopinga biashara hii nchini mwake[262].

Mapema, doria za Kiingereza zilizolenga kuzuia majahazi yaliyobeba watumwa wakati mwingine zilishindwa kwa sababu wenye majahazi walilaghai kuwa watumwa waliokuwa katika majahazi yao walikuwa wafanyakazi majahazini. Kwa namna hii, watumwa walipita doria za Kiingereza baharini hadi kufika masoko ya nje.

Lakini maelezo ya Livingstone juu ya athari za utumwa alizoshuhudia kwenye maeneo ya ndani yalisaidia kubadili mwenendo wa biashara hii katika mashariki ya Afrika. 1871 Bunge la Kiingereza liliunda tume ya kuchunguza jambo hili. Katika uchunguzi wake, tume ilibaini kuwa ilimradi biashara ya utumwa ilikuwa halali baina ya Zanzibar na miji ya pwani isingekuwa rahisi kuvikomesha. Ilipendekezwa biashara ya utumwa ipigwe marufuku kabisa katika mashariki ya Afrika[263].

Januari 1873 ujumbe ulioongozwa na Sir Bartle Frere[264], Gavana wa zamani wa Bombay (Mumbai), uliwasili Zanzibar kwa neno la kimya na Sultani Barghash. Lakini Barghash alikuwa na mashaka yake.

Kupiga utumwa marufuku kungemaanisha pia mwisho wa biashara ya utumwa katika kipindi kifupi kwa sababu kiwango cha kuzaa miongoni mwa watumwa kilikuwa chini wakati vifo kati yao vilikuwa vingi. Na uchumi wa Zanzibar ulitegemea watumwa. Kutokana na sababu hizi,

---

[260]Rejea aya ya 3 ukurasa wa 111 wa simulizi hii.
[261]David Livingstone I Biography, Expeditions, & Facts—Britannica.
[262]Tazama pia maelezo ya wavumbuzi wengine juu ya bei ya watumwa na madhara mengine ya biashara hii katika maeneo ya ndani, ukurasa wa 34, Kingsnorth & Marsh.
[263]Ukurasa wa 45, Marsh & Kingsnorth.
[264]Sir Bartle Frere, 1st Baronet I British Colonial Official—Britannica.

kati ya zingine, Sultani Barghash hakukubali jambo hilo. Waingereza nao hawakuyumba. Kwani, baada ya ripoti ya Sir Bartle ushawishi wa kidiplomasia ulibadilishwa kuwa ushawishi wa lazima[265]. Kulingana na Kingsnorth na Marsh, Sir John Kirk aliagizwa amjulishe Barghash kuwa ikiwa hatakubali biashara ya utumwa kupigwa marufuku katika Afrika Mashariki, jeshi la Kiingereza la majini lingezuia kila kitu: kuingia na kutoka visiwani Zanzibar. Barghash hakuwa na njia nyingine. Juni 5, 1873, alisaini mkataba uliopiga marufuku biashara ya utumwa kwenye bandari zote zilizokuwa chini ya Usultani wa Zanzibar[266]. Matarishi walitumwa waende kufunga lango la soko la watumwa mara moja[267]. Halikufunguliwa tena kwa minajili ya biashara hii tangu wakati huo. Kufungwa kwa lango hili ulikuwa mwanzo mpya, hasa kwa makabila yaliyopigana vita miongoni mwao kwa kipindi kirefu kusudi yakamate Waafrika wenzao wa kuuza utumwani—na kwa maagizo ya viongozi wa makabila yao. Tunasema ulikuwa mwanzo mpya kwa sababu, watu wa makabila haya waliweza kupeana mikono na kusameheana kwa yote yaliyotokea kwenye kipindi hicho cha mashaka na kutoaminiana. Na ingawa wageni na Waafrika wenye asili zingine pia walishiriki katika biashara ya utumwa, Mwafrika-asili alipashwa kutambua zaidi undugu wa watu aliowauza utumwani kuliko watu wenye asili zingine[268].

Afagiaye nyumba yake huanzia ndani kwenda nje, na siyo kuanzia nje kuja ndani. Kwa hiyo, bila kukiri kwanza kuwa Mwafrika-asili naye pia alishiriki kikamilifu kuuza ndugu zake utumwani, kupeana mikono na kusameheana havingekuwa na msingi wala maana. Siyo hilo tu, bali pia ungekuwa uzandiki kulaumu wageni na Waafrika wa asili zingine,

---

[265]Rejea tena ukurasa wa 45, Kingsnorth & Marsh.
[266]Ilikuwepo mikataba mbalimbali dhidi ya biashara ya utumwa mbali na mikataba inayotajwa kwenye simulizi hii. Tazama ramani ya mikataba ya kimataifa na madhumuni yake ukurasa wa 44, Kingsnorth & Marsh.
[267]Ukurasa wa 45/46, Marsh & Kingsnorth.
[268]Ramani ukurasa wa 35 (Kingsnorth & Marsh) inaonyesha njia za kusafirishia watumwa kwenda magulio ya nje.

lakini bila Waafrika weusi kukiri kuhusika kwao katika biashara hii. Kuna kampeni inayoendelea ya kutaka kizazi cha sasa cha Waafrika waliouzwa utumwani enzi hizo kilipwe fidia. Viongozi wa kampeni hii hawajasema kama nchi za Kiafrika (ambazo hazijawahi hata kuomba radhi kwa kuuza ndugu zao katika utumwa) nazo pia zitatakiwa kulipa fidia kutokana na kuhusika kwao katika biashara hii. Dhahiri, bila utumwa kugeuka biashara; na soko la watumwa kupanuka huko nchi za nje, labda hali ingekuwa tofauti. Lakini bado Mwafrika analawama.

Kabla wasakaji wa watumwa kutoka mataifa ya nje kukanyaga barani Afrika, Waafrika-asili walichukuana watumwa japokuwa bila kuuzana kwingine. Hali hii ilifuatia vita vya kikabila ambapo kabila lililoshinda jingine lilichukua wanawake, watoto, au hata wanaume ambao hawa-kuuawa katika mapigano. Wakati mwingine mwanamume angejitoa kwa hiyari awe mtumwa kusudi apate mlo na ulinzi. Na uhalifu ambao haukufikiriwa kuwa mbaya kiasi cha kusababisha adhabu ya kifo, pia ungefanya mtu awe mtumwa. Watumwa wa namna hii kwa kawaida walifanyishwa kazi za kulima au kuangalia mifugo. Katika mazingira mengine, watumwa wangetolewa kama tambiko kwa sababu za imani (potovu) za kienyeji[269]. Kwa hiyo, utumwa ulikuwepo mapema barani Afrika kabla ya ujio wa wasakaji wa watumwa kutoka mataifa ya nje. Utumwa kuwepo mapema katika jamii za Kiafrika ulikuwa mwanzo wa jinamizi la baadaye la biashara hii. Kwenye pwani ya Magharibi ya Afrika ilikuwa nadra watafutaji wa watumwa kutoka mataifa ya kigeni kukanyaga kwenye mwambao. Badala yake, walitoa oda ya watumwa waliowahitaji kwa machifu ambao waliuza watu kutoka vijijini mwao, au kushambulia vijiji jirani na hivyo kukamata watumwa wa kuuza kwa wageni kwa bunduki na pombe, au vishaufu vingine[270]. Kwa hiyo,

---

[269]Ukurasa wa 32, Kingsnorth & Marsh.
[270]Ukurasa wa 32/33, Marsh & Kingsnorth.

kama mfano wa pwani ya magharibi unavyoonyesha, utumwa kuwepo Afrika kwa muda mrefu ulikuwa mwanzo wa baadaye wa jinamizi la utumwa uliohusisha mataifa ya kigeni. Hali ya Afrika kuwa nyuma pia ilivutia wafanyabiashara ya watumwa. Biashara ihusishayo malipo au mabadilishano ya bidhaa huhusisha ofa. Mtoa-ofa kwa kawaida hutilia maanani gharama zote na faida atakayoipata baada ya bidhaa zake kufika kwenye soko. Kwa hiyo, ni salama kuhitimisha kuwa mtoa-ofa wa kigeni angependa ashughulike na watu kama machifu wa Kiafrika ambao hawakuwa na uelewa wa dunia ya nje wala elimu. Jambo hili linasaidia kueleza kwa nini machifu waliingia mikataba isiyo ya maana na mawakala wa kampuni za kigeni; au kwa nini pia waliuza raia wao utumwani kwa vishaufu vilivyoonekana kwao kuwa na thamani mno.

Kingsnorth na Marsh wanasema kwamba katika historia ya utumwa, Afrika iliathirika zaidi kuliko sehemu zingine ulimwenguni kwa sababu ya watumwa kukamatwa kutoka sehemu za ndani kwa kipindi cha takribani miaka elfu mbili. Wanasema kwamba hali hii iliendelea hadi "wazazi wetu walipozaliwa"[271].

Kwa upande mwingine, hoja ya kulipa fidia inaweza isisimame ikiwa mataifa ya Kiafrika yataondolewa kwenye orodha ya walipafidia kwa vizazi vya watu waliowauza utumwani. Lakini kuna zaidi. Kama watu wa makabila yaliyopigana kwa kipindi kirefu kusudi wapate watu wa kuuza kwenye misafara (caravans) wanaweza kusameheana, kwa nini wasiweze kusamehe wanunuzi wa watumwa kutoka mataifa ya nje na Waafrika wa asili zingine walioshiriki katika biashara hii? Mbali na hilo lipo pia suala la kushukuru wanakampeni wa mataifa ya kigeni ambao kampeni yao ya kipindi kirefu hatimaye iliwezesha serikali za mataifa yao kulipa tatizo la biashara ya utumwa kipaumbele. Na ni jambo la kutegemewa pia Waafrika kushukuru mashirika ya kimishonari ambayo

---

[271]Rejea ukurasa wa 32, Kingsnorth & Marsh.

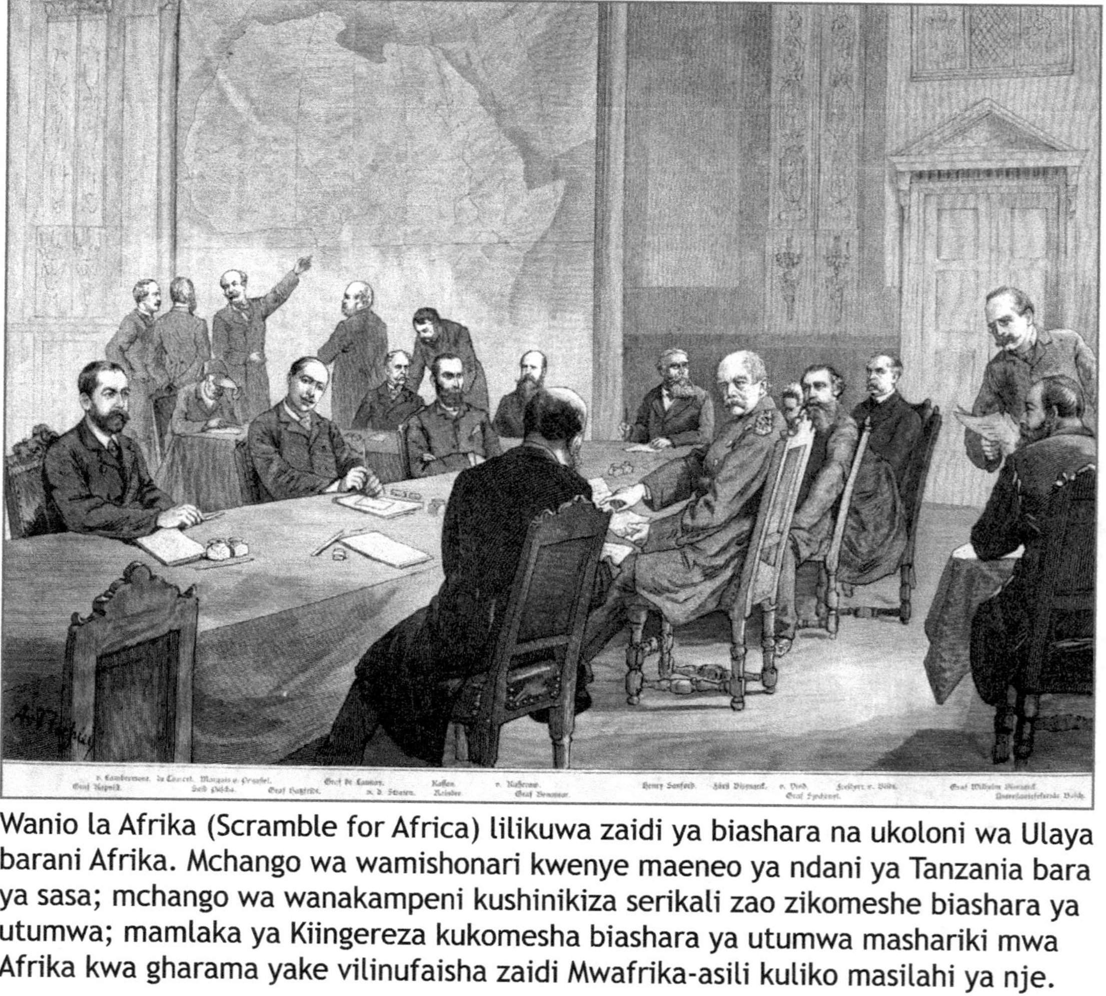

Wanio la Afrika (Scramble for Africa) lilikuwa zaidi ya biashara na ukoloni wa Ulaya barani Afrika. Mchango wa wamishonari kwenye maeneo ya ndani ya Tanzania bara ya sasa; mchango wa wanakampeni kushinikiza serikali zao zikomeshe biashara ya utumwa; mamlaka ya Kiingereza kukomesha biashara ya utumwa mashariki mwa Afrika kwa gharama yake vilinufaisha zaidi Mwafrika-asili kuliko masilahi ya nje.

yalihudumia watumwa walioachiwa huru. Mashirika haya yalianzisha makazi (i.e. settlements) mbalimbali kwa lengo la kuwapa watumwa; wengi wao waliowanunua kutoka kwa wafanyabiashara wa watumwa; fursa ya kujifunza ufundi na maarifa ya kilimo na pia kuwapa huduma zingine zilizowawezesha kujenga upya maisha yao kama watu huru[272].

Kwa upande mwingine lisingekuwa jambo la kawaida kutoshukuru pia mamlaka ya Kiingereza ambayo, kwa muda wake mwingi na gharama kubwa, mwishoni yaliweka tamati kwa jinamizi la biashara ya utumwa katika mashariki ya Afrika. Hatuna shaka akilini mwetu kwamba, bila msimamo thabiti wa Kiingereza, lengo, na nia, jinamizi la biashara ya utumwa lingeendelea kuathiri jamii kwenye maeneo ya ndani mpaka leo, hasa kwenye jimbo ambalo sasa ni Tanzania bara. Ndiyo kusema, mwisho wake pia ulikuwa mwisho wa wenyeji vijijini kupigana daima mateke na ngumi kwa sababu tu ya kuchuuzana utumwani. Na katika muktadha wa maendeleo ya kiuchumi na kijamii mwisho wa mapigano haya ulikuwa na umuhimu wake. Tangu 1885 wamishonari wa Kizungu walipoanza kuweka makazi Afrika Mashariki[273], jitihada ya kuelimisha wenyeji kwenye maeneo ya ndani ilifanywa. Jitihada hii iliwezesha jamii hizi pia kufuka na kuwa za kisasa. Mashule na vituo vya afya vyote vilijengwa. Elimu na maarifa vilichukua nafasi ya hofu katika nguvu za kishirikina. Tamaduni na desturi zilizopitwa na wakati pia zilibadilika au kufa kabisa. Fikira, mawazo, na muono mpya miongoni mwa kizazi kipya vilijengeka. Na baada ya kipindi kirefu[274] wenyeji katika maeneo ya ndani nao walipata maendeleo; maendeleo ambayo wenzao katika miji ya ukanda wa pwani waliyapata karne nne kabla, japokuwa kwa njia tofauti na yao.

---

[272]Mashirika haya yanatajwa ukurasa wa 76 & 77, na kwenye ramani ukurasa wa 79, Kingsnorth & Marsh.

[273]Rejea ramani ukurasa wa 79 (Kingsnorth & Marsh) inayoonyesha wamishonari hao walipoweka makazi yao katika mashariki ya Afrika 1885.

[274]Rejea aya ya 2, ukurasa wa 133 wa simulizi hii.

Aidha, tangu wamishonari wa Kizungu wafike, jamii za ndani zilibadili jinsi ya kulima; nyumba zenye milango na madirisha zilijengwa; watu walifua kwa kuwa vyote nguo na sabuni vilipatikana kwa urahisi. Afya ya umma iliboreka pia kwa sababu ya kuwepo vituo vya afya. Ulikuwa moyo wa kipekee wa kujitolea ili kusaidia jamii zingine ziinuke hasa ikitiliwa maanani hali ya miundombinu katika maeneo ya ndani wakati huo, na pia uwezekano wa wamishonari kupata magonjwa ya Kitropiki kwenye jimbo lenye tabianchi tofauti na mataifa yao asili. Na ingawa wamishonari wenyewe waliishi maisha ya kawaida ya kitawa, wenyeji waliowapa ajira waliishi maisha bora kuliko awali. Siyo hilo peke yake bali malipo kwa bidhaa na mishahara wamishonari waliyolipa wenyeji viliwezesha watawala wa jadi kuvaa kimalidadi na hata kupata bidhaa mbalimbali ambazo awali walizipata kwa kuuza raia wao utumwani[275].

Kwa vyovyote vile, tukiwa na maelezo ya kutosha kuhusu mazingira yalivyokuwa kabla ya ujio wa wavumbuzi na wamishonari wa Kizungu akilini mwetu, ni rahisi kuelewa kwa nini wenyeji kutoka maeneo ya ndani mpaka leo wanashukuru ulimwengu wa kistaarabu na kikarimu uliowainua na kuwakaribisha (kama ulivyokaribisha kila mmoja wetu) kwa mikono miwili na tabasamu katika jamii yake. Mtu wa kizazi cha kwanza kupata elimu ya Kimagharibi kukumbatia jamii ya ulimwengu wa kistaarabu ni namna moja ya kuhakikisha baadaye harejei kwenye tamaduni na desturi zilizopitwa wakati—na ambazo zilitwala hali na mazingira yaliyolea vizazi vingi vilivyotangulia chake kadiri historia ya kijamii inavyoweza kukumbukwa. Kwamba alipata elimu yake kutoka mazingira hayo; na ukweli kuwa wazazi wake pengine hawakuwa hata na alfabeti hubeba hatari ya muelimika wa kizazi cha kwanza kurejea hali ambayo inaweza kuonyeshwa kwamba siyo ya kistaarabu. Kwa mfano, kuna taarifa nchini Tanzania ya watu wenye upungufu-asili wa ngozi ya kawaida na wenye macho ya pinki na nywele za rangi isiyo

---

[275]Ukurasa wa 80, Marsh & Kingsnorth.

nyeusi; na ambao wakati mwingine huitwa "mazeruzeru"[276]; kuuawa kikatili kutokana na viungo vyao kuhitajika katika ulimwengu wa giza; wa kishirikina. Kulingana na makala ya BBC, mtu mmoja kati ya watu 1400 nchini Tanzania hupata hali hii[277]. Tangu 2000 hadi wakati wa makala hayo kutolewa, watu themanini waliuawa kulingana na Umoja wa Mataifa. BBC wanasema shirika la Msalaba Mwekundu (Red Cross) walisema kuwa waganga wa kienyeji nchini Tanzania hulipa $75.000 (£50.000) kwa seti nzima ya viungo vya watu wenye hali hii; baada ya kuvipata kwa njia ya mauaji[278].

Uchunguzi wa mtunzi wa kipindi kirefu unabainisha kwamba pesa hizi hutoka kwa baadhi ya wanasiasa na wafanyabiashara ambao hutumia waganga hawa wawafanyie matambiko ya kishirikina, na kwa kutumia viungo hivyo, eti kuimarisha nafasi zao za kisiasa (au za kiserikali) na biashara zao. Kuna tofauti gani kati ya Mtanzania wa leo aliyeelimika, anayejihusisha na vitendo vya kinyama kama hivi, na mtu wa kipindi kilichopita ambaye hakuelimika aliyetambika watumwa ili afurahishe mizimu?![279] Unajua, maji yakichemshwa hadi kufikia kizingiti cha joto yasipohifadhiwa sehemu sahihi ni rahisi kurejea hali yake ya mwanzo pengine hata kushuka mpaka kufikia kizingiti cha mgando! Jambo hili tutalijadili tena sehemu itakayofuata na tutatoa mifano kulifafanua.

Lakini, kwa sasa, inatosha kusema kuwa sehemu sahihi ni ukumbatizi wa dunia ya kistaarabu sambamba na elimu na maarifa Waafrika-asili walivyorithishwa na mataifa yaliyoendelea kabla ya nchi za Kiafrika; maarifa na elimu, ambavyo, kwa kiasi kikubwa, vinachangia muono na utambulisho wa Mwafrika mweusi wa leo. Utamaduni ni kitu hai. Kila

---

[276]Mtunzi ameepuka matumizi ya neno "zeruzeru" ili kutoendeleza hisia-potovu kwamba watu wenye hali hii mimba zao zilitungwa wakati mama zao walikuwa kwenye hedhi, au kwamba walizaliwa kutokana na nguvu za giza.
[277]Tanzania albino murders: 'More than 200 witchdoctors arrested'—BBC, 12 March 2015.
[278]*Ibid.*,
[279]Rejea aya ya 2, ukurasa wa 132 wa simulizi hii.

kilicho hai hukua. Kwa hiyo, kukumbatia utamaduni wa kistaarabu ni kuruhusu utamaduni wa Mwafrika-asili ukue sambamba na ulimwengu wa sasa wa kisayansi na tekinolojia. Aidha, "utamaduni wa Mwafrika" usitumiwe kama kisingizio cha kuendeleza tabia au mienendo ambayo haiwezi kukubalika katika jamii za kistaarabu. Mwafrika-asili hawezi kujitenga mwenyewe na utamaduni wa kistaarabu kisha adai kwamba mifumo ya ulimwengu wa kistaarabu inambagua kwa sababu ya weusi wa ngozi yake. Na utamaduni wa kijamii kadhalika. Binadamu kuku-mbatia mambo mema ya utamaduni wa jamii zingine kusudi atajirishe utamaduni wake siyo jambo muhimu peke yake, bali pia ni mchakato wa lazima ambao huchangia maendeleo ya binadamu mwenyewe na kufuka kwa jamii yake ili ilingane na hali ya wakati uliopo.

Tunatambua kwamba kizazi cha kwanza cha Mtanzania aliyeelimika hakikubahatika kupata elimu ya ziada kutoka mazingira yaliyokilea; ukilinganisha na wenzake kwenye mataifa ambayo yalikuja kusimamia maendeleo ya kisiasa ya Waafrika. Huko, wenzake huweza pia kupata msaada wa familia zao mbali na elimu wanayoipata darasani. Hii ni kwa kuwa, familia zao zina historia ndefu ya kuelimika ukilinganisha na familia za Waafrika-asili katika kipindi tunachojadili. Mathalani, mwanafunzi akirejea nyumbani (kama hayuko shule ya bweni) huenda asaidiwe na wazazi wake kumaliza kazi ya nyumbani mwalimu wake aliyompa. Anaweza pia kupitia magazeti au majarida yanayosomwa na familia yake na kila inapobidi kuuliza wazazi wake maswali. Majibu ambayo huyapata husaidia mchakato wa kutofautisha: jambo jema na baya; ukweli na uongo; haki na uonevu; uraufu na kutojali wengine; kugawana na ubuge; kipato halali na ufisadi, na mengineyo.

Uwezo wa awali wa binadamu kutenganisha mambo mema na mabaya husaidia mchakato wa ujenzi wa muono-adilifu, i.e. integrity.

Kama tutakavyotafakari baadaye, muono-adilifu ni moja ya misingi muhimu ya jamii za kistaarabu. Viongozi ambao huendesha katiba za mataifa ya demokrasia za Kimagharibi kwa niaba ya raia wasipokuwa na muono-adilifu (integrity), ni vigumu sana kuvumiliwa.

Kwa upande mwingine, muono-adilifu haujengwi kwa kucharaza watu viboko bali kwa malezi bora. Mwenendo wa binadamu haurekebishwi kwa kumsababishia mtu maumivu ya mwili, au kwa kumpa makovu ya kudumu ya kisaikolojia. Watu waliopigwa katika kipindi ambacho akili zao zilikuwa katika mchakato wa kujengeka, huweza kufanya hivyo kwa wenzao wakishakuwa watu wazima. Ni hapa kucharazana viboko hugeuka mzunguko kwenye jamii. Jamii ya binadamu ikivumilia tabia isiyokubalika, hugeuza tabia hiyo kuwa sehemu ya utamaduni wake. Nusu karne ya uvumilivu wa tabia au vitendo visivyoweza kukubalika kamwe katika jamii za kistaarabu ni kipindi cha kutosha kuvigeuza sehemu ya utamaduni wa taifa. Hatukudai tujitawale ili twende huko!

Kwa vyovyote vile kama Tanzania ingeendeleza ujenzi wa misingi ya muono-adilifu iliyowekwa na wageni ambao walitufungulia milango ya kuelimika na kuendelea kujifunza ili tukabiliane na changamoto za ulimwengu wa kisasa, tungekuwa tunashuhudia mambo tofauti kabisa na tunayoshuhudia leo. Tunakiri kwamba mwanafunzi nchini mwetu akirejea nyumbani huenda asikie mambo tofauti na anayofundishwa shuleni kutokana na mazingira tuliyojadili awali. Lakini ushawishi wa mwalimu kwa mwanafunzi ni mwingi. Mathalani, mwalimu hushinda na mwanafunzi kwa karibu robo tatu ya maisha yake ya mwanzo—na wakati anapopata elimu ijengayo msingi wa maisha yake ya baadaye.

Kipindi hiki kinatosha kuwezesha mwanafunzi kujenga msimamo wa kutetea misingi ya muono-adilifu kila inapojaribu kutikiswa, ilimradi mfumo wa kisiasa unahamasisha jamii pia kukumbatia misingi hii. Kwa kuwa msingi wa misingi hii uliwekwa na mamlaka ya kigeni, ilikuwa juu ya utawala wa kienyeji kuuimarisha baada ya kujitawala. Ikiwa mabadiliko yangefanywa yangepashwa yaimarishe tu msingi wenyewe (na lengo lake), lakini siyo kuuathiri.

Msomaji akiwa na mawazo haya akilini, siyo vigumu kuelewa kwa nini nusu karne tangu mamlaka ya kigeni yaondoke nchini Tanzania bado dhana ya kukumbatia utamaduni wa kistaarabu inaendelea kutuvutia.

Tulikaribishwa kuwa sehemu ya dunia ya kistaarabu tuliporithishwa misingi yake. Kukataa dunia hii, ni kukataa maisha ya kistaarabu na hivyo kuafiki nchi iendeshwe nje ya misingi ya kistaarabu. Siyo sahihi!

Katika siku za karibuni kuna watu nchini Tanzania, ambao madhumuni yao hayajafahamika bado, wanaodai mfumo huu kugandamiza mfumo ule. Kusudi la simulizi hii siyo kuchangia mijadala ya namna hii, bali kuona jamii zetu zinapeana mikono kwa yote yaliyotokea awali ili kwa pamoja zisonge mbele. Lakini kwa akraba wenzetu wanaochangia mijadala ya namna hii ingesaidia kutafakari kwa makini zaidi historia ya kijamii hasa juu ya upande gani katika mjadala wao uligandamiza upande mwingine, na kwa muda gani. Ni dhahiri kwamba, baadhi ya jamii zetu ziliweza kutangulia kimaendeleo kwa vile jamii zilizokuwa nyuma kimaendeleo zilichangia maendeleo ya jamii hizo. Kwa sababu hii, siyo sahihi baadhi ya wenzetu kutoka jamii zilizoendelea kabla ya zingine kuhusisha jamii ambazo zilikuwa nyuma kimaendeleo, na kwa kipindi kirefu, na "ugandamizi" wa kimfumo unaodaiwa—na bila kujali mchango zilioutoa uliowezesha jamii zao kufuka mapema. Lakini pia siyo sahihi kuelekeza tuhuma ya namna hii kwa mifumo ya mataifa ya kigeni ya wasamaria wema, ambayo, kwa juhudi yake ya muda mrefu, iliwezesha maendeleo ya jamii zilizokuwa nyuma kupatikana. Kwa maoni yetu, tusipo tahadhari mijadala ya namna hii ni rahisi kuitenga jamii badala ya kuimarisha umoja wake; na inapuuza dhana ya jamii zetu kupeana mikono na kusonga mbele walao katika muktadha wa "yaliyopita si ndwele bali tugange yajayo"; dhana ambayo mtunzi wa kazi hii pia alichangia kupitia magazeti yote mawili *Tanzania Argus* na *Africa Argus* tangu mwanzoni mwa miaka ya themanini hadi ya tisini.

Kwa vyovyote vile, mbali na hoja ya udumavu-mkongwe tuliyotafakari mapema[280], nuru wamishonari wa Kizungu waliyoileta kwenye maeneo ya ndani katika Tanzania bara ya sasa ni mambo hayo, kati ya mambo mengine mengi. Uhuru wa watumwa hakikuwa tu kitendo cha kuwapa watu uhuru wao, bali pia kilikuwa kitendo cha kuwarejeshea hadhi na heshima yao kama binadamu—shukrani, mara nyingine, kwa jamii ya kimataifa baadaye iliyofanya utumwa kuwa sehemu ya uhalifu wa *jus cogens*. Kama tulivyojadili awali[281], uhalifu wa kimataifa wa kiwango hiki huibua *obligatio erga omnes* (i.e. wajibu unawiwa kila mmoja). Kwa hiyo, katika muktadha wa uhalifu wa utumwa katika mazingira ya kisheria ya leo, kila nchi-taifa inawia jamii ya kimataifa wajibu wa kulinda sheria inayoupiga marufuku[282] hata kama nchi-taifa yenyewe haikuridhia mkataba huu.

Wakati hilo limesisitizwa, huko kwenye miliki za Usultani wa Zanzibar wapo waliojaribu kupiga utaratibu mpya chenga. Mathalani, japokuwa watumwa wasingesafirishwa kupitia baharini kwa sababu ya meli za doria bado wangechukuliwa kutoka Kilwa kuelekea kaskazini kwenye pwani na kwa namna hiyo kuuzwa kwa siri kadiri walivyokwenda. Sir John Kirk, ambaye pia jitihada yake iliwezesha biashara ya utumwa kukomeshwa kwenye pwani ya mashariki, alimtaka Sultani Barghash achukue hatua kumaliza tatizo hili. 1876 Sultani Barghash alipiga marufuku watumwa kusafirishwa kwa njia ya barabara na misafara ya watumwa (caravans) kutokaribia kabisa pwani. Kuhakikisha maagizo yake yalitekelezwa ipasavyo, Barghash aliunda jeshi jipya chini ya Lt.

---

[280]Rejea kurasa wa 116, 117 & 118 za simulizi hizi.
[281]Rejea tiniwayo ya 75.
[282] Mkataba uliopiga marufuku utumwa ulitiwa saini Septemba 25, 1926, na kuja katika matumizi Machi 9, 1927. Kwa tafakuri ya kina juu ya historia yake, tazama: Slavery Convention I OHCHR.

HISANI: GAZETI LA AFRICA ARGUS

Madai ya "Mfumo Kristo" kuzonga mfumo wa madhehebu ya pwani yanakinzana na ushahidi wa kihistoria wa kufuka kwa jamii zetu. Kwa karne kadhaa, wafanyabiashara katika binadamu kutoka ukanda huo wa pwani walitumia watumwa ambao hawakuwa wa madhehebu yao kujenga miji yao na kujitajirisha. Ikiwa baadhi ya watu kutoka ukanda huu wataendelea na madai hayo yasiyo na msingi, watu kutoka maeneo ya ndani wataitaje mfumo uliotawala kila sehemu ya maisha yao kikatili kwa kipindi kirefu kama hicho?! Tulisema tangu miaka ya tisini kuwa kupeana mikono ya kheri ndiyo njia bora jamii zetu kuendelea kusonga mbele pamoja, na tunasema hivyo sasa.

Lloyd Mathews. Jeshi hili lilihakikisha watumwa hawasafirishwi kwa njia ya barabara. Hatua zilichukuliwa dhidi ya wakiukaji wa maagizo ya Sultani. Wakazi wa Kilwa ambao walisemekana kuingiza kipato cha £120,000 kwa mwaka walipoonyesha kukaidi maagizo ya Sultani, jeshi dogo lililoambatana na meli za kivita za Kiingereza lilipowasili Kilwa ukaidi wao uliyeyuka mithili ya barafu kwenye jua kali. Na 1877 Kilwa ilipojaribu kukaidi tena, Gavana mwenyewe aliwekwa jela. Tangu wakati huo, Kilwa iliacha kabisa biashara ya utumwa na badala yake ilifanya biashara ya mpira, (rubber)[283]. Sheria zilizokusudia kuboresha zaidi hali ya watumwa ziliendelea kupitishwa. 1889 makubaliano kati ya Uingereza na Usultani wa Zanzibar yalisema kwamba watu ambao wangeingia katika Usultani huo baada ya Novemba mosi, mwaka huo, wangekuwa huru. Vivyo hivyo, watoto ambao wangezaliwa Januari 1, 1890, pia wangekuwa huru. Makubaliano haya yalifuatiwa na sheria ambayo iliwapa watumwa haki ya kulalamika dhidi ya wamiliki wao.

Aprili 5, 1897, Usultani ulipiga marufuku hadhi ya utumwa kisheria katika Unguja na Pemba. Kwa sheria hii pia watumwa wangedai uhuru wao kupitia mahakama za wilaya. Fidia ingelipwa kwa wamiliki wa watumwa. 1910 mahakama za kutoa fidia zilianzishwa huko Mombasa, Lamu, na kwenye miji mingine katika pwani ingawa katika Unguja na Pemba fidia isingedaiwa baada ya Desemba 1, 1911[284].

Wajerumani pia walichukua hatua zilizoboresha hali ya watumwa kwa kutangaza uhuru wa watoto waliozaliwa 1905, au baadaye, japokuwa ilikuwa baada ya Jimbo la Tanganyika kuwekwa chini ya usimamizi wa Kiingereza hadhi ya utumwa ilipopigwa marufuku kisheria. Na licha ya wasiwasi kuwa uchumi wa Zanzibar huenda ungeathirika kutokana na biashara ya utumwa kupigwa marufuku, kwa mshangao wa wengi, zao

---

[283]Ukurasa wa 46/47, Marsh & Kingsnorth.
[284]Ukurasa wa 48, Kingsnorth & Marsh.

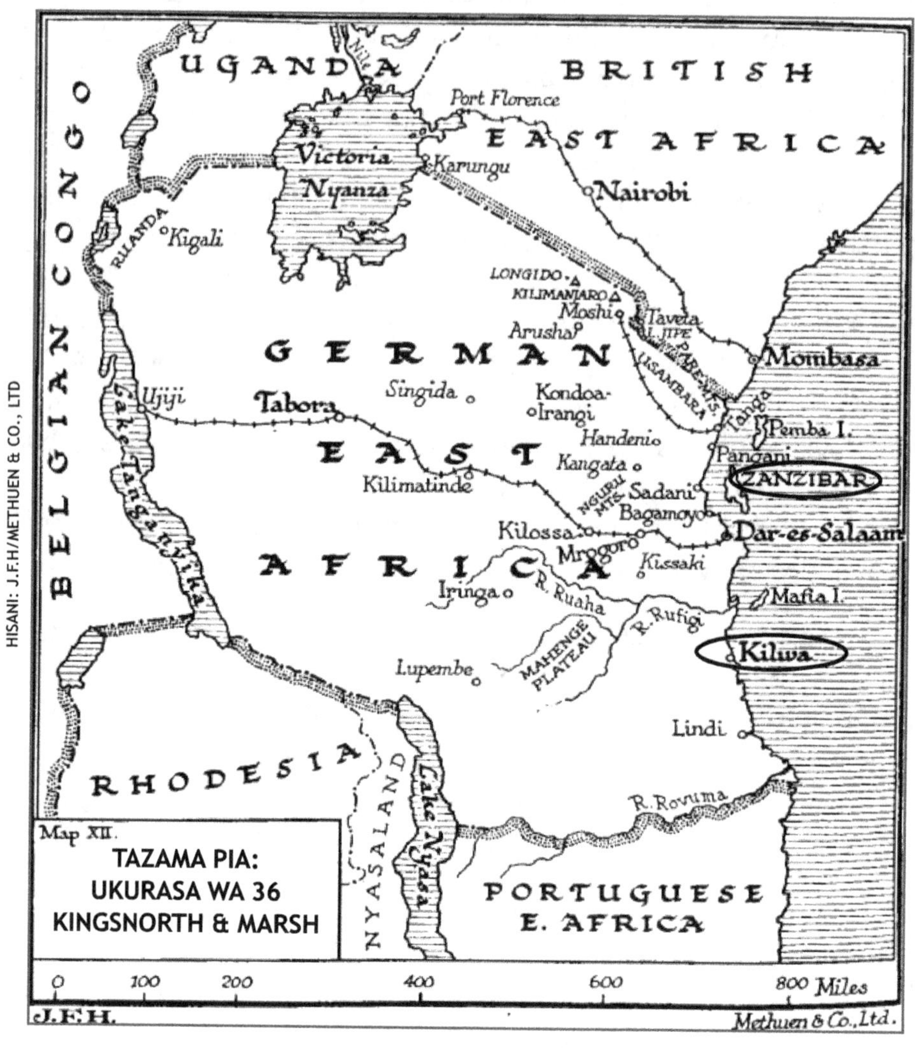

MVIRINGO UNAONYESHA
MASOKO MAKUU YA
WATUMWA

la karafuu liliongezeka baada ya 1897[285]. Kwa kifupi, juhudi ya nchi za Ulaya Magharibi kukomesha biashara ya utumwa katika mashariki ya Afrika ni hiyo[286]. Ujio wa Wajerumani nchini Tanzania pia ni huo.

Hata hivyo, barabara haikuwa tambarare kwa Wajerumani kwenye jimbo lao jipya. Kadiri walivyojaribu kujiimarisha katika sehemu za ndani, ndivyo pia walivyotumia mbinu ya kuogofya iliyojulikana kama *Schrecklichkeit*, i.e. frightfulness[287]. Aliyebuni mbinu hii ni Peters, ambaye, kama tulivyojadili mwanzoni, alikuwa mwasisi pia wa miliki yenyewe. Alikuwa mkatili. Wenyeji walimuita "mkono-wa-damu" kwa sababu ya ukatilli wake. 1893 serikali ya Ujerumani ilitengua wadhifa wake kama kamishena wa juu wa himaya, i.e. Imperial High Commiss-ioner, wa wilaya ya Kilimanjaro na kumrejesha kwao[288]. Huko, jaji wa mahakama alimfungulia mashtaka kuhusiana na ukatili wake dhidi ya Waafrika na matumizi mabaya ya madaraka[289]. Peters alipita 1918. Lakini 1934 Hitler alimkweza kama mfano bora wa ofisa wa kikoloni wa Kijerumani. Na ingawa Hitler alikiri kwamba Peters alikuwa mkali, jambo hili halikuzuia *Führer* kuagiza stampu za propaganda kutolewa kwa lengo la kumuenzi Peters[290]. Pengine msomaji amekwishahisi kwa nini Hitler atake kuenzi mtu ambaye ukatili wake ulikera taifa ambalo sasa aliliongoza.

Hata hivyo, ukatili wa Peters haukumaanisha kwamba maofisa wote wa Kijerumani kwenye jimbo walikuwa na muono wake. Kulingana na Clagett Taylor, walikuwepo maofisa weledi na wenye uelewa mwema wa wenyeji. Anasema maofisa kama vile Emin Pasha, Baron von Eltz,

---

[285]*Ibid.,*
[286]Rejea mkazo juu ya jambo hili ukurasa wa 134. Aya ya 2, ukurasa wa 33, Kingsnorth na Marsh wanafafanua sababu ya jamii zingine kutochukua watumwa miongoni mwa ushirika wao.
[287]Ukurasa wa 17, Clagett Taylor.
[288]*Ibid.,*
[289]Ukurasa wa 22, The Making of Tanganyika, Judith Listowel, Chatto and Windus Ltd (1962), 42 William IV Street, London W.C.2, United Kingdom.
[290]*Ibid.,*

Wilhelm Langheld, Franz Stuhlmann na maofisa wengine walikuwa na maarifa ya kuchukuana na wenyeji; wenyeji ambao pia walivutiwa na mchango maofisa hawa walioutoa wakati wa kampeni ya kukomesha biashara ya utumwa mashariki mwa Afrika[291].

Hata hivyo, bado upinzani uliibuka. Kuna mambo yaliyosababisha hali hii. Mathalani, kwa muda mrefu machifu walitoza hongo (i.e. tribute) kwa kila msafara uliopita katika majimbo yao. Kwa hiyo, Usultani wa Zanzibar ulipotoa madaraka ya kukusanya ushuru wa forodha kwa Wajerumani na vituo vya kukusanya ushuru huo kuanzishwa, machifu walikasirika kupoteza marupurupu yao[292].

Kwa upande mwingine, nguvu zilizonufaika kutokana na biashara ya utumwa hazikusamehe ushirikiano wa Sultani na serikali ya Uingereza katika kampeni ya kupiga vita biashara ya utumwa. Lakini yalikuwepo pia masilahi ya namna nyingine ambayo yalipinga uamuzi wa Usultani wa Zanzibar kuruhusu bendera ya Kijerumani kupeperushwa kando ya bendera ya Usultani huo[293]. Siyo hayo tu, bali walikuwepo pia wenyeji waliopinga ukoloni wa Kijerumani kwa dhati. Mseto wa kero za namna hii ulibeba hatari ya kuchochea maasi dhidi ya ujio wa Wajerumani. Na haikuchukua muda maasi kuibuka pwani.

Baada ya kifo cha Barghash Machi 26, 1888, mrithi wake, Khalifa bin Said, aliingia mkataba ulioipa kampuni ya mashariki ya Afrika ya Kije-rumani (i.e. German East Africa Company) madaraka ya kuendesha ukanda wa pwani wa maili kumi na ambao ulikuwa karibu na sehemu ambayo tayari ilikuwa mikononi mwa Wajerumani. Mwaka huo, maasi yaliyohusisha wenyeji wa Kiarabu katika pwani yaliibuka na kusambaa kwa kasi. Awali, kiongozi wa maasi haya, Bushiri bin Salim el Harthi,

---

[291]Rejea ukurasa wa 17, Clagett Taylor
[292]Ukurasa wa 17, Listowel.
[293]*Ibid.,*

aliwahi kukaidi mamlaka ya Usultani wa Zanzibar kutokana na hatua ulizozichukua katika kampeni ya kukomesha biashara ya utumwa.

Maasi ya Bushiri yalianza kwa kuteka watu nyara. Padre Étienne Baur, kiongozi wa misheni ya Kikatholiki ya Kifaransa iliyokuwa Bagamoyo na ambaye pande zote mbili katika maasi hayo zilimuamini, alifanya kila jitihada iliyowezesha watu waliochukuliwa mateka kuachiliwa. Hata hivyo, bado maasi yaliendelea kusambaa hadi kufika sehemu za ndani mpaka Nyanda za Kusini.

Wajerumani walituma jeshi chini ya Hermann von Wissmann[294] lisaidie Kampuni. Haikusadia sana. Kwani, maasi hayakuzimwa kabisa mpaka Bushiri alipokamatwa mwishoni mwa 1889 (alinyongwa Desemba 15, 1889). Nchini Tanzania wakati mwingine Bushiri huzungumziwa katika muktadha wa "mzalendo aliyepambana na ukoloni" wa kigeni. Lakini Bushiri alianzisha mapigano haya kwa kuwa alikerwa jamii ya Kiarabu kupoteza madaraka na ushawishi wake kwa Wajerumani. Kadhalika, Bushiri pia alikasirishwa na Usultani wa Zanzibar kushindwa kuhami jamii ya Kiarabu dhidi ya nguvu ya Kijerumani. Chanzo cha maasi ya Bushiri, ambaye pia alijulikana kuwa "msakaji-katili wa watumwa"[295], ni hicho. Mengine ni riwaya za kisiasa.

Hata hivyo, maasi ya Bushiri yalifanya mamlaka ya Kijerumani yang'a-mue kwamba kampuni ya mashariki ya Afrika ya Kijerumani (German East Africa Company) isingeweza kuendesha jimbo la Afrika Mashariki bila msaada wa serikali. Kwa sababu hiyo, Januari 1, 1891, Ujerumani ilitangaza rasmi miliki kuwa eneo-lindwa, i.e. protectorate. Hatua hii ilimaanisha serikali ya Kijerumani ndiyo ingeendesha miliki hii badala ya kampuni ya mashariki ya Afrika ya Kijerumani. Hata hivyo, licha ya hatua hii, bado hali haikutengemaa.

---

[294]Hermann von Wissmann I German Explorer I Britannica
[295]Ukurasa wa 18, Listowel.

Bushiri bin Salim el Harthi (pichani) alianzisha maasi ya pwani kwa sababu alikerwa jamii ya Kiarabu kupoteza madaraka na ushawishi wake kwa Wajerumani.

Na maasi ya Bushiri (1888/89) yalijenga mazingira ambayo hayakuwa ya kirafiki kwa Wazungu kwenye jimbo. Kulingana na Clagett Taylor, 1888 Jenerali Lloyd Mathews, ambaye wakati huu alikuwa mkuu wa majeshi ya Usultani wa Zanzibar, alimwandikia Sir John Kirk, ambaye kwa sasa alikuwa amestaafu, kumjulisha hali hiyo[296]. Na kulingana na Listowel, hali hiyo isiyo ya kirafiki iliyojengwa na uasi huu ilisababisha pia vifo vya watumishi kadhaa wa misheni za Kizungu huko Pugu[297].

Kwa vyovyote vile, japokuwa maasi ya Bushiri yalizimwa, Wajerumani bado hawakuwa na ahueni. Kwani, mashambulio ya Wahehe yaliyoongozwa na Chifu Mkwawa yalishika kasi mpya. Awali, Mkwawa aliunga mkono maasi ya Bushiri katika matumaini kuwa angeweza kufukuza Wajerumani kutoka pwani. Na ingawa Mkwawa alielewa vyema uwezo wa Wajerumani kijeshi, bado aliamua kuwakabili. Na japokuwa Wajerumani walitaka kuwasiliana na Mkwawa, haikuwezekana kutokana na msimamo wake. Mkwawa pia alifahamika kusuta machifu wa makabila mengine waliowasiliana na Wajerumani.

Alison Redmayne anasema kwamba, mashambulio muhimu ya Wahehe yalilenga misafara kutoka pwani ya Bagamoyo hadi Ziwa Tanganyika. Anaongeza kusema kwamba, kunako 1890 mashambulio haya yalitishia mamlaka ya Kijerumani na maendeleo ya kibiashara katika jimbo[298]; bila shaka kutokana na njia za misafara (caravans) kutokuwa salama: achilia mbali hali ya usalama kutokuwepo kwenye baadhi ya maeneo yaliyokuwa chini ya mamlaka ya Kijerumani. Na mbali na kulenga misafara ya Kijerumani, Wahehe walishambulia majeshi yao pia.

Mathalani, Agosti 17, 1891, jeshi la Mkwawa lililokuwa na wapiganaji

---

[296]Ukurasa wa 18, Clagett Taylor.
[297]Ukurasa wa 19, Listowel.
[298]Kwa tafakuri ya kina tazama: Mkwawa and the Hehe wars, Alison Redmayne, The Journal of African History, Volume 9, Issue 3, July 1968, pp. 409-436, Cambridge University Press, (1968).

3000 wakiwa na mikuki na bunduki chache karibu liliteketeza kikosi kizima cha jeshi la Kijerumani hapo Lugalo, na ambacho kiliongozwa na Emil von Zalewiski ambaye pia aliuawa katika shambulio hilo. Emil von Zalewiski alikusudia kuweka tamati kwa mashambulio ya Kihehe, ingawa, mwishoni, ulikuwa ushindi wa majeshi ya Mkwawa yaliyokuwa na silaha hafifu.

Oktoba 28, 1894, Wajerumani walirudi na kikosi kikubwa zaidi chini ya Kanali Friedrich von Schele na kubomoa ngome ya Kalenga ya Chifu Mkwawa. Mkwawa alinusurika katika shambulio hilo na kuendelea na mashambulio yake kwa kutumia mbinu za vita vya msituni[299] mpaka Julai 19, 1898, alipojiua kuepuka asikamatwe na Wajerumani. Hata hivyo, Wajerumani walichukua fuvu la kichwa chake nchini Ujerumani labda kama nyara. Lakini Kifungu cha 246 cha mkataba wa Versailles kiliitaka Ujerumani kukabidhi Uingereza fuvu la kichwa cha Mkwawa miezi sita baada ya mkataba wa amani kuja katika matumizi (Januari 10, 1920). Lakini ilichukua miongo mitatu, na juhudi ya mamlaka ya Kiingereza—ikiwemo pia jitihada ya Sir Edward Twining aliyelazimika kwenda Ujerumani kufuatilia jambo hili—kwamba fuvu la kichwa cha Chifu Mkwawa, hatimaye, lilikabidhiwa kwa mjukuu wake Chifu Adam Sappi na Sir Edward Twining (baadaye Lord Twining) katika sherehe maalumu hapo Kalenga, Uheheni, Juni 19, 1954[300].

Kwa vyovyote vile, kifo cha Chifu Mkwawa hakika hakikumaanisha kifo cha maasi dhidi ya Wajerumani katika jimbo. Hapana! Kinyume chake maasi yaliendelea kuibuka sehemu mbalimbali jimboni.

Mapema 1892, baada ya majaribio kadhaa hapo Tabora, Wanyamwezi waliweza kufunga njia ya misafara ya Kijerumani iliyoingia au kutoka Tabora. Mashambulio ya Wanyamwezi yalizimwa mwaka uliofuata

---

[299]Rejea ukurasa wa 18, Clagett Taylor.
[300]Kwa tafakuri ya kina tazama: The Skull of Sultan Mkwawa—The National Archives Blog, UK.

Julai 19, 1898: Chifu Mkwawa (pichani) ajiua kuepuka Wajeru-
mani wasimkamate. Hata hivyo, Wajerumani wapeleka fuvu la
kichwa chake nchini Ujerumani.

Kalenga, Uheheni, Juni 19, 1954: Sir Edward Twining (wa pili katikati) amkabidhi mjukuu wa Chifu Mkwawa, Chifu Adam Sappi, fuvu la kichwa cha babu yake.

baada ya Wajerumani kubomoa ngome ya Chifu Mkuu (i.e. Paramount Chief) Siki ambaye aliyaongoza[301]. Inaelekea maasi mengine yaliyotangulia yalitia moyo makabila mengine nayo pia kuanzisha maasi yao dhidi ya Wajerumani.

Mathalani, wakati wa siku hizo za mwanzo Wagogo nao walishambulia misafara ya Kijerumani kati ya pwani na Tabora[302]. Ukubwa wa jimbo na maasi yaliyoibuka mara kwa mara yalifanya Wajerumani wapigane kila upande, au watumie muda mwingi kuyazima badala ya kuendelea na shughuli zingine—sahau kwa muda mamlaka ya Kijerumani kutojua sehemu gani maasi mapya yangeibuka. Na katika kipindi hiki sehemu zingine kama vile Mikindani, Kilwa, na Lindi, zote zilikuwa katika hali ya maasi ya daima[303].

Lakini ni maasi ya Maji-Maji yaliyoanza 1905 yaliyokuwa ya aina yake katika historia ya maasi katika mashariki ya Afrika. Kulingana na John Iliffe maasi haya yalianza kwenye Bonde la Rufiji kama upinzani wa wakulima dhidi ya sera ya Kijerumani iliyowataka walime pamba[304]. Na Clagett Taylor ananukuu J.P. Moffett[305] kama alisema, wenyeji pia walidai kuchukizwa na unyanyasaji wa baadhi ya maofisa wa Kijerumani pamoja na wasaidizi wao wa Kiarabu, Kiswahili, na Kisudani[306]. Anaongeza kusema kwamba, watu kadhaa wasio na hatia kutoka jamii hizi walishambuliwa hivi hivi kwenye sehemu za Samanga na Madaba; na kwamba, kadiri waasi walivyosonga mbele walishambulia pia vituo vya misheni, na vya serikali, mpaka maasi yao yaliposambaa kwenye makabila ya kusini mwa jimbo.

---

[301]Rejea tena ukurasa wa 18, Clagett Taylor.
[302]*Ibid.,*
[303]Rejea tiniwayo ya 301.
[304]Kwa tafakuri ya kina tazama: The Organisation of the Maji Maji Rebellion, John Iliffe, The Journal of African history, Volume 8, Issue 3, November 1967, pp.495-512 Cambridge University Press (1967).
[305]Kutoka: Handbook of Tanganyika, J.P. Moffett (ed), Dar es Salaam, Government Printer 1958.
[306]Ukurasa wa 19, Clagett Taylor.

Waasi kutoka makabila mengine waliunganishwa na ngano ya muujiza wa maji ya Ngarambi, Umatumbini. Huko, Kinjeketile Ngwale aliweza kushawishi waasi kwamba ikiwa watakunywa maji yake ya "muujiza" risasi za Mzungu zisingepenya miili yao. Ilikuwa ngano tu. Lakini waasi waliyanywa kwa imani kwamba maelezo ya kasisi wa vuuduu, Ngwale, yalikuwa sahihi. Vifo vingi vilitokea kutokana na maradhi; njaa; nguvu ya majeshi ya Kijerumani—ingawa pia kutokana na imani hiyo tata ya "muujiza" wa maji ya Ngarambi; imani iliyofanya waasi waweke vifua mbele ya risasi za moto kwa imani kwamba wasingedhurika!

Kwa upande mwingine, ni dhahiri kwamba muujiza uliodaiwa ulikuwa fokasi maalumu ya maasi ya Maji-Maji. Kwa sababu hii, uliunganisha washiriki wa maasi haya kutekeleza lengo lao la pamoja. Lakini imani yao katika maji ya Ngarambi haikutofautiana na itikadi ya kupindukia ambayo hutokana na muono wa hisia uliojengwa akilini mwa mtu. Na ni kawaida muono-hisia kama huo kugandamiza uwezo wa binadamu kutafakari kirazini. Imani-tata katika "muujiza" wa maji ya Ngarambi inaweza pia kutazamwa katika muktadha wa muono huo wa hisia.

Kunako mwishoni mwa maasi idadi ya vifo vilivyotokana na mseto wa mambo tuliyozungumzia awali vilikaribia 120,000[307]. Mbali na idadi ya vifo hivi, watu pia walipoteza mazao yao (jambo linaloeleza kwa nini watu wengi walikufa kwa njaa) na vijiji vyao pia kuteketezwa[308].

Kwa muhtasari, maasi ya Maji-Maji hatimaye yaliweza kuzimwa 1907 kufuatia kifo cha Abdulla Mapunda mmoja wa waasisi wa maasi haya. Ilichukua muda watu walioathirika kutokana na maasi ya Maji-Maji (maasi na siyo "Vita vya Maji-Maji") kujenga upya maisha yao.

Nchini Tanzania kuna mjadala kuwa kuenea kwa maasi kuliunganisha

---

[307]Rejea ukurasa wa 19, Clagett Taylor.
[308]*Ibid.,*

MAENEO YA MAASI YA MAJI-MAJI KATIKA MILIKI YA MASHARIKI YA AFRIKA YA KIJERUMANI 1905

makabila mbalimbali—moja ya hatua za awali zilizochangia vuguvugu la wenyeji kudai wajitawale na ujenzi wa umoja wa kitaifa. Lakini pia wapo wanaofikiri kwamba kwa vile maasi yenye nguvu yalianzia pwani na kisha kuenea sehemu za kusini, hoja ya ujimbo na pia nguvu zenye muono wa Bushiri kuhusika katika kuibuka na kusambaa kwa maasi mbalimbali katika jimbo haviwezi kupuuzwa.

Kuna zaidi. Kulingana na Lessing, mamlaka ya Kijerumani yalitekeleza sera iliyofanya Kiswahili kiwe *lingua franca* katika jimbo lote ambalo sasa ni Tanzania bara, *id est* Tanganyika[309]. Ingawa utekelezaji wake ulihusisha kusukumana, mwishoni taifa lilifaidika kwa kuwa makabila yote nchini hadi leo yanazungumza Kiswahili. Ndiyo kusema, Kiswahili kiliunganisha makabila yote nchini kuliko maasi ambayo yaliunganisha wenyeji wa pwani na makabila ya kusini peke yake. Katika muktadha mpana wa kisiasa, kijamii, na kiutamaduni, Kiswahili, kama lugha ya taifa, kilijenga utambulisho wa Tanzania ya leo na kuijalidi pamoja.

Kwa upande mwingine japokuwa Tanzania bara ina makabila mengi, karibu yote ni makabila ya Wabantu[310]. Kwa sababu hii, Tanzania bara kwa ujumla haina mitafaruku ya kikabila, kidhuria, au misuguano ya kimbari, kwa sababu Wabantu ndio wengi nchini[311].

Wizara ya Elimu inasema Wabantu walitokea magharibi kati ya mwaka 100 na 500, Baada ya Kristo, na wakafanya makazi yao katika sehemu mbalimbali za Afrika Mashariki. Wizara inaongeza kusema kuwa baada ya miaka mingi, Wangoni walikuja nchini Tanzania kutoka kusini[312].

Wangoni ni kama vikundi kumi na viwili hivi vya Wanguni (*quod vide*):

309Tazama ukurasa wa 149/150, Lessing.
310Ukurasa wa 151, Lessing.
311*Ibid.,*
312Ukurasa wa 9, Atlasi za Shule za Msingi TANZANIA, Macmillan Aidan (2000), S.L.P 75773, Mtaa wa Zanaki, Dar es Salaam, Tanzania—Kwa ushirikiano na Macmillan Education LTD, London na Oxford.

sehemu ya jamii iongeayo lugha za Kibantu[313]. Wangoni walitawanyika wakati wa kipindi cha Himaya ya Kizulu katika karne ya kumi na tisa ambapo vikundi vingi vya wakimbizi kutoka huko vililazimika kuhama. Chifu wa Kingoni, Zwangendaba, aliongozana na wafuasi wake mpaka Ziwa Tanganyika. Mbali na kuweka makazi yao kusini mwa Tanzania bara, dhuria za Wangoni pia zinapatikana huko Msumbiji, Malawi, na Zambia[314].

1959 Dr. L.S. Leakey[315] alivumbua fuvu la kichwa cha binadamu lenye miaka 1,750,000 ambalo linafahamika kama *Zinjanthropus*. Fuvu hili, ambalo kwa Kiingereza linafahamika zaidi kama "Nutcracker Man"[316], lilivumbuliwa kwenye Korongo la Olduvai[317] katika Bonde la Manonga. Kutokana na uvumbuzi wa Olduvai, huenda Tanganyika ndiyo asili ya binadamu. Kulingana na Wizara ya Elimu, sehemu zingine muhimu za kale na kihistoria ni: Magofu ya Engaruka; Michoro katika majabali ya Kondoa; Zama za mawe ya Ismila; Magofu ya Kilwa Kisiwani, na pia Magofu ya Songo Mnara[318].

Historia ya kiethnografia ya mashariki ya Afrika bado haifahamiki vya kutosha. Lakini inafahamika kwamba miongoni mwa wakazi wa awali walikuwa watu ambao wanaanthropolojia huwaita *Maboskopoid*[319]. Dhuria za watu hawa leo hii zinafikiriwa kuwa watu waishio kwenye maskani-asili katika Jangwa la Kalahari (Bushmen) na wengine waishio pia kwenye maskani-asili nchini Kongo (Pygmies)[320]. Mbali na makundi haya, Wizara ya Elimu inasema kwamba Wanilotiki kutoka Nyanda za Tambarare walikuja mashariki ya Afrika kati ya miaka 1500 na 1700.

---

[313]Nguni I People—Britannica.
[314]Ngoni I People—Britannica.
[315]Louis Leakey I Biography & Facts—Britannica.
[316]Nutcracker Man I Paleontology—Britannica.
[317]Olduvai Gorge I Archaelogical Site, Tanzania I Britannica.
[318]Rejea ukurasa wa 9, Atlasi za Shule za Msingi TANZANIA, Macmillan Aidan.
[319]Boskop Skull I Fossil Human Remnant—Britannica.
[320]Ukurasa wa 3/4, Clagett Taylor.

Walikuwa wafugaji na mwanzo walifanya makazi yao huko kaskazini-magharibi mwa Kenya kabla ya kuelekea kusini hadi Tanzania[321].

Vikundi tulivyotafakari ni mchanganyiko wa kila namna wa Wanegro asili ambao huenda walitoka sehemu za Asia miaka elfu tano au kumi iliyopita[322]; na pia vikundi vya Wahamitiki wa aina ya watu waliokalia bara la Ulaya (Caucasians), ingawa wasio weupe katika muktadha wa rangi hii kama inavyofahamika sasa[323]. Hawa huenda walikuja Afrika baadaye sana kutoka kaskazini-mashariki[324]. Kulingana na Kingsnorth na Marsh, Wahamitiki walihama ili kutafuta mbuga mpya kwa ajili ya ng'ombe zao zenye pembe ndefu[325]. Wanasema kwamba, kikundi cha mwisho kufika Afrika ya Kati labda kilipitia Abyssinia kabla ya kufika Nyanda za Juu kati ya Maziwa Edward na Tanganyika mwishoni mwa karne ya kumi na sita. Kutoka kwenye nyanda hizi Wahamitiki, ambao pia huitwa Wahima, waliendelea kujitanua ili wapate mbuga zaidi za kuchungia. Kutokana na muundo wao pamoja na maarifa waliweza kuleta vikundi vya wakulima chini ya uongozi wao huko walikojitanua. Kwa namna hii, Wahima waliunda falme za Ankole, Ruanda[326], Urundi, na Karagwe[327].

Kwa vyovyote vile, mtikiso wa maasi ya Maji-Maji ulilazimu mamlaka ya Kijerumani kupiga hatua nyuma na kutafakari namna bora zaidi ya kuendesha miliki zake. Kwani, katika kipindi hiki ilikuwepo taarifa ya mamlaka ya Kijerumani kutumia nguvu nyingi kuzima maasi kwenye miliki yake huko Kameruni kati ya 1904 na 1905. Na ilikuwepo taarifa nyingine ya matumizi ya nguvu ya kupindukia kwenye miliki yake ya

---

[321]Rejea tena ukurasa wa 9, Atlasi za Shule za Msingi TANZANIA, Macmillan Aidan.

[322]Ukurasa wa 110, Kingsnorth & Marsh.

[323]Rejea ukurasa wa 4, Clagett Taylor.

[324]Rejea tiniwayo ya 322.

[325]*Ibid.,*

[326]Oanisha maelezo haya na ujenzi wa falme ya Kitutsi nchini Rwanda tuliyojadili mapema katika tanbihi ya 99, ukurasa wa 71 wa simulizi hii.

[327]Rejea tena ukurasa wa 110, Marsh & Kingsnorth.

Kusini-Magharibi Afrika wakati wa kuzima maasi ya kabila la Waherero dhidi ya utawala wake[328]. Kama Ujerumani ilikusudia raia wake waishi kwenye miliki zake na kuendesha shughuli za biashara na kilimo kama kawaida, ilikuwa lazima warejeshe hali ya utulivu na mazingira bora zaidi ya kiutawala.

Kabla ya maasi, masuala ya kikoloni yaliendeshwa na kitengo kwenye ofisi ya Kansela. Lakini baada ya Maji-Maji, idara mpya iliyosemekana kuwa yenye muono wa "ukoloni wa kisayansi"[329] iliundwa chini ya Dr. Bernhard Dernburg. Idara ya Dernburg ilifanya mabadiliko ya kiuchumi na kiutawala: ilianzisha sera ambayo ililenga kuwapa wenyeji uwezo wa kuwa wazalishaji badala ya kuwa watumishi kwenye mashamba ya Wajerumani[330]. Na wenyeji walikuwa na haki ambazo Dernburg alitaka zilindwe. Utoaji ardhi kwa makampuni na wakulima wa Kijerumani ulidhibitiwa pia. Kazi za kushurutishwa zilipigwa marufuku ila kazi za umma (public works)[331]. Idara ya Dernburg pia ililipa tatizo la mawasiliano kipaumbele. Kunako 1900 ilikuwepo Reli ya Usambara peke yake iliyojengwa 1893. Japokuwa ilikuwa fupi wakati huo, baadaye 1911 ilitanuliwa hadi Moshi. Ujenzi wa Reli ya Kati ambayo ililenga kutoa huduma kati ya pwani ya Dar-Es-Salaam na pwani ya Kigoma kwenye Ziwa Tanganyika ilianza 1905. Hata hivyo, kunako 1907 iliweza kufika Morogoro. Hii nayo ilitanuliwa mpaka kufika Tabora 1912 na Kigoma kwenye Ziwa Tanganyika 1914[332].

Idara mpya ya makoloni pia ilibadili uteuzi wa Gavana ambaye kwa kawaida alikuwa mwanajeshi. Badala yake, wadhifa huu alipewa raia lakini ambaye pia aliendelea kuwa na madaraka juu ya jeshi. Kamati

---

[328]German-Herero Conflict of 1904-07 I African History—Britannica.
[329]Ukurasa wa 20, Clagett Taylor.
[330]*Ibid.*,
[331]Ukurasa wa 223, Marsh & Kingsnorth. Sheria ya ardhi (Land Law) ya 1896, iliweka ardhi yote ya jimbo chini ya Ujerumani kasoro maeneo ya: machifu; wenyeji; watu binafsi (p220-M & K).
[332]Rejea ukurasa wa 223, Marsh & Kingsnorth.

ya kumshauri Gavana pia iliundwa. Ilikuwa na maofisa watatu. Idadi ya memba wa kamati hii ambao hawakuwa maofisa iliongezwa kutoka watano hadi kumi na mbili. Waliteuliwa na Gavana ilimradi walikuwa Wajerumani asili. Mbali na hilo, makadirio ya fedha na miswada yote iliyopendekezwa ilibidi iwakilishwe kwa kamati hii ambayo ilipashwa ikutane walao mara tatu kila mwaka[333]. Ilikuwa wazi mabadiliko haya yalitilia maanani maendeleo ya miliki yenyewe kama yalivyozingatia mahitaji ya malighafi ya viwanda vya Kijerumani: namna fulani hivi ya nipe ni kupe. Jambo hili ni la kutegemewa hasa ikizingatiwa kwamba, hakuna nchi-taifa iwezayo kuendeleza nchi nyingine bila namna fulani ya *quid pro quo*.

Kunako 1914 idadi ya Wazungu katika jimbo ilikuwa takribani 5,000, wengi wao Wajerumani. Waliishi zaidi kwenye Nyanda za Juu Kaskazini-mashariki. Mkonge lilikuwa zao lililoanzishwa 1893. Mazao mengine ya faida yalikuwa kahawa, pamba, mpira, na karanga[334]. Taasisi ya kilimo (i.e. Agricultural Institute) iliyoanzishwa eneo la Amani katika Milima ya Usambara 1902 pamoja na upanuzi wa miundombinu ya mawasiliano vyote vililenga kuinua maendeleo ya jimbo na raia wake.

Wajerumani pia walitimiza wajibu wao kwa wenyeji wa jimbo katika sekta ya elimu. Walielimisha raia zaidi ya 100,000. Idadi hii ilikuwa ya juu kuliko idadi ya wenyeji waliopata elimu kwenye miliki zingine za Kijerumani[335]. Clagett Taylor ananukuu ripoti ya taasisi ya Kijerumani ya makoloni (i.e. German Colonial Institute) kama walisema, kunako 1911 zilikuwepo zaidi ya shule 1,000 na wanafunzi 66,647 jimboni. Kati ya hizi ni shule 83 zilizopata ufadhili wa serikali. Zilizosalia ziliendeshwa na mashirika ya Kimishonari. Nyingi ya hizi zilikuwa shule za msingi. Na licha ya shule tatu za serikali na zingine 14 za elimu ya

---

[333]Rejea ukurasa wa 20, Clagett Taylor.
[334]Ukurasa wa 223/224, Marsh & Kingsnorth.
[335]*Ibid.,*

viwanda zilizoendeshwa na mashirika ya kimishonari, zilikuwepo pia shule 17 zilizofundisha ufundi wa kila aina ili kukidhi huduma zingine za kijamii; kufufua kazi za mikono, na kujenga muono mpya[336].

Kwa vyovyote vile, idara mpya ilitambua vyema kuwa matukio yote kabla ya 1907 kwa kiasi kikubwa yaliathiri sana mifumo ya kikabila[337]. Katika makabila ambayo mifumo yao haikuathirika kama vile Ruanda, Urundi, na Bukoba, wenyeji waliendelea na utawala wa viongozi wao wa asili lakini chini ya Afisa Mkazi wa Kijerumani (German Resident). Vinginevyo, jimbo zima lilitengwa katika wilaya 21. Mbili kati ya hizi ziliwekwa chini ya uongozi wa kijeshi. Zilizobaki zilewekwa chini ya mtawala wa kiraia aliyefahamika kama Kamishena wa Wilaya, au kwa Kijerumani *"Bezirksamtmann"*[338]. Kamishena wa Wilaya aliwajibika kwa Gavana. Alikusanya kodi na kutekeleza wajibu wake kiutawala[339].

Tawala za wilaya chini ya utawala wa Kijerumani hazikutofautiana na utawala wa Kiarabu uliotangulia. Kwani, kila wilaya ilitengwa katika vikundi vya vijiji vyenye watu kati ya 20,000 na 30,000 chini ya ofisa aliyejulikana kama Akida. Akida alikuwa na madaraka ya kiuamuzi na kuhifadhi amani katika eneo lake la kiutendaji na kulinda sheria. Kila kijiji kilikuwa na ofisa aliyejulikana kama Jumbe. Jumbe pia alikuwa na wajibu na madaraka yaliyolingana na ya Akida ingawa katika eneo lake la kiutawala huko kijijini[340].

Walikuwepo maofisa sabini wa Kijerumani waliotegemewa kuendesha jimbo zima kiutawala. Idadi hii ilikuwa ndogo sana ikilinganishwa na ukubwa wa jimbo. Kingsnorth na Marsh wanasema siyo maofisa wote kati ya hawa walikuwa na weledi wa kutosha. Kwa sababu hii, mfumo

---

[336]Ukurasa wa 23, Clagett Taylor.
[337]Ukurasa wa 20, Clagett Taylor.
[338]Ukurasa wa 219, Kingsnorth & Marsh.
[339]Ukurasa wa 21, Clagett Taylor.
[340]*Ibid.*,

mzima ulitegemea Majumbe na Maakida. Hawa walikuwa Waarabu, au Waswahili. Walishika nyadhifa hizi kwa sababu walifahamu kusoma na kuandika japokuwa uelewano kati yao na wenyeji ulikuwa duni[341].

Kama tulivyojadili, mtazamo wa awali kabla idara mpya haijaundwa haukuweka fokasi sana kwenye maendeleo ya wenyeji. Isitoshe, siyo wakulima wote wa Kijerumani walifurahishwa na mabadiliko yaliyoanzishwa na idara mpya ya makoloni. Jambo hili lilisababisha sera za Dernburg kuzorota[342]. Hatimaye 1910 nguvu ya ushawishi wa wakulima wa Kijerumani kwenye miliki uligharimu Dr. Dernburg ofisi yake[343].

Kwa vyovyote vile, "ukoloni wa kisayansi" wa idara mpya ya miliki za za Kijerumani haukupata nafasi ya kutosha kuimarika zaidi kutokana na Vita Vikuu kuibuka 1914.

Vita Vikuu viliathiri zaidi jimbo ambalo baadaye liliitwa Tanganyika kuliko sehemu zingine katika bara la Afrika. Mathalani, kwingineko barani Afrika mapigano yalimalizika 1915 wakati katika jimbo hili vita viliendelea mpaka makubaliano ya kusitisha mapigano kwa muda, i.e. armistice, yalipofikiwa baina ya pande zote katika vita hivi[344]. Ilikuwa moja ya mikasa ya vita. Uwezekano wa majimbo ya Afrika kutohusika katika vita, kama Kongo ya Kibelgiji ilivyofanya, ulikuwepo[345]. Lakini tena kwingineko barani Afrika hali ilitofautiana na Kongo ya Kibelgiji.

Siyo hilo tu, bali huenda kamanda wa majeshi ya Kijerumani Jenerali Paul von Lettow-Vorbeck[346], aliamini angeweza kudhibiti majeshi ya Kiingereza kwa kuwa majeshi yake yalifahamu jimbo kama nyuma ya viganja vyao. Na mwanzo wa malumbano kidogo ulibeba taswira hii.

341Rejea ukurasa wa 219, Marsh & Kingsnorth.
342Rejea tena ukurasa wa 20, Clagett Taylor.
343Rejea ukurasa wa 223, Kingsnorth & Marsh.
344Rejea ukurasa wa 224, Marsh & Kingsnorth.
345*Ibid.*,
346Paul von Lettow-Vorbeck I German Officer I Britannica.

Baada ya malumbano ya silaha kuanza, yalitokea makabiliano baina ya majeshi ya Kiingereza na Kijerumani kwenye mpaka kaskazini mwa jimbo. Jaribio la 1914 la majeshi ya Kiingereza na Kihindi kuvamia jimbo zima lilizimwa na majeshi ya Kijerumani (chini ya Jenerali von Lettow-Vorbeck). Halikufanywa jaribio jingine kubwa la makabiliano ya silaha mpaka Februari 1916 ambapo kikosi cha mseto wa majeshi kutoka mataifa ya Uingereza, Afrika Kusini, Rhodesia, na India, chini ya uongozi wa Jenerali Jan Christian Smuts (pichani ukurasa uliotangulia huu) kilipovuka mpaka na kushinda majeshi ya Kijerumani karibu na Kilimanjaro na kuchukua mji wa Moshi mwezi Machi mwaka huo[347].

Kutoka hapo, wapiganaji walisonga mbele kuelekea kusini ambapo pia walichukua Dar-Es-Salaam Septemba 4, 1916. Kunako mwishoni mwa mwaka, miliki yote ya mashariki Afrika ya Kijerumani kaskazini mwa Reli ya Kati ilikuwa mikononi mwa majeshi ya Kiingereza na Kibelgiji (Wabelgiji waliingia katika koloni la Kijerumani kutoka kwenye miliki yao jirani ya Kongo ya Kibelgiji)[348].

Januari 1, 1917, Jenerali Jan Smuts aliweka maeneo yaliyokombolewa chini ya uongozi wa kiraia wa Horace Byatt[349]. Tangu tarehe hii, jimbo lililofahamika baadaye kama Tanganyika halikuwa tena koloni la taifa lolote la kigeni. Badala yake, liliwekwa chini ya uangalizi wa mamlaka ya jamii ya ulimwengu[350].

•Simulizi inaendelea Sehemu ya Pili, ukurasa wa 175.

****

---

[347]Ukurasa wa 23, Clagett Taylor.
[348]*Ibid.*,
[349]Reje tiniwayo ya 347.
[350]Rejea tena Kiambatisho A (kwa Kiingereza) ukurasa unaofuata.

KIAMBATISHO A

Article 22 of the League of Nations Covenant

1. To those colonies and territories which as a consequence of the late war have ceased to be under the sovereignty of the States which formerly governed them and which are inhabited by peoples not yet able to stand by themselves under the strenuous conditions of the modern world, there should be applied the principle that the well-being and development of such peoples form a sacred trust of civilization and that securities for the performance of this trust should be embodied in this Covenant.

2. The best method of giving practical effect to this principle is that the tutelage of such peoples should be entrusted to advanced nations who, by reason of their resources, their experience or their geographical position, can best undertake this responsibility, and who are willing to accept it, and that this tutelage should be exercised by them as Mandatories on behalf of the League.

3. The character of the mandate must differ according to the stage of the development of the people, the geographical situation of the territory, its economic conditions and other similar circumstances.

4. Certain communities formerly belonging to the Turkish Empire have reached a stage of development where their existence as independent nations can be provisionally recognized subject to the rendering of administrative advice and assistance by a Mandatory until such time as they are able to stand alone. The wishes of these communities must be a principal consideration in the selection of the Mandatory.

5. Other peoples, especially those of Central Africa, are at such a stage that the Mandatory must be responsible for the administration of the territory under conditions which will guarantee freedom of conscience and religion, subject only to the maintenance of public order and morals, the prohibition of abuses such as the slave trade, the arms traffic and the liquor traffic, and the prevention of the establishment of fortifications or military and naval bases and of military training of the natives for other than police purposes and the defence of territory, and will also secure equal opportunities for the trade and commerce of other Members of the League.

6. There are territories, such as Southwest Africa and certain of the South Pacific islands, which, owing to the sparseness of their population or their small size, or their remoteness from the centres of civilization, or their geographical contiguity to the territory of the Mandatory, and other circumstances, can be best administered under the laws of the Mandatory as integral portions of its territory, subject to the safeguards above mentioned in the interests of the indigenous population.

7. In every case of mandate, the Mandatory shall render to the Council an annual report in reference to the territory committed to its charge.

8. The degree of authority, control or administration to be exercised by the Mandatory shall, if not previously agreed upon by the Members of the League, be explicitly defined in each case by the Council.

9. A permanent Commission shall be constituted to receive and examine the annual reports of the Mandatories, and to advice

the Council on all matters relating to the observance of the mandates.

Text of the Mandate for the Tanganyika Territory

The Council of the League of Nations:

Whereas by Article 119 of the Treaty of Peace with Germany signed at Versailles on June 28th, 1919, Germany renounced in Favor of the Principal Allied and Associated Powers all her rights over her overseas possessions, including therein German East Africa; and

Whereas, in accordance with the treaty of June 11th, 1891, between Her Britannic Majesty and His Majesty the King of Portugal, the River Rovuma is recognized as forming the northern boundary of the Portuguese possessions in East Africa from its mouth up to the confluence of the River M'Sinje; and

Whereas the Principal Allied and Associated Powers agreed that, in accordance with Article 22, Part 1 (Covenant of the League of Nations), of the said treaty, a mandate should be conferred upon His Britannic Majesty to administer part of the former colony of German East Africa, and have proposed that the mandate should be formulated in the following terms; and

Whereas His Britannic Majesty has agreed to accept the mandate in respect of the said territory, and has undertaken to exercise it on behalf of the League of Nations in accordance with the following provisions; and

Whereas by the afore-mentioned Article 22, paragraph 8, it is provided that the degree of authority, control or administration to be exercised by the Mandatory, not having been previously agreed upon by the Members of the League, shall be explicitly defined by the Council of the League of Nations;

Confirming the said mandate, defines its terms as follows:

ARTICLE 1. The territory over which a mandate is conferred upon His Britannic Majesty (hereinafter called the Mandatory) comprises that part of the territory of the former colony of German East Africa situated to the east of the following line:

[Clauses indicating frontier lines]

ARTICLE 2. [Clauses indicating provisions for Anglo-Belgium Boundary Commission]

ARTICLE 3. The Mandatory shall be responsible for the peace, order and good government of the territory, and shall undertake to promote to the utmost the material and moral well-being and the social progress of its inhabitants. The Mandatory shall have full powers of legislation and administration.

ARTICLE 4. The Mandatory shall not establish any military or naval bases, nor erect any fortifications, nor organize any native military force in the territory except for local police purposes and for the defence of the territory.

ARTICLE 5. The Mandatory:

(1) shall provide for the eventual emancipation of all slaves and for as speedy an elimination of domestic and other slavery as social conditions will allow;

(2) shall suppress all forms of slave trade;

(3) shall prohibit all forms of forced or compulsory labor, except for essential public works and services, and then only in return for adequate remuneration;

(4) shall protect the natives from abuse and measures of fraud

and force by careful supervision of labor contracts and the recruiting of labor;

> (5) shall exercise a strict control over the traffic in arms and ammunition and the sale of spirituous liquors.

ARTICLE 6. In the framing of laws relating to the holding or transfer of land, the Mandatory shall take into consideration native laws and customs, and shall respect the rights and safeguard the interests of the native population.

No native land may be transferred, except between natives, without the previous consent of the public authorities, and no real rights over native land in favour of non-natives may be created except with the same consent.

The Mandatory will promulgate strict regulations against usury.

ARTICLE 7. The Mandatory shall secure to all nationals of States Members of the League of Nations the same rights as are enjoyed in the territory by his own nationals in respect of entry into and residence in the territory, the protection afforded to their person and property, the acquisition of property, movable and immovable, and the exercise of their profession or trade, subject only to the requirements of public order, and on condition of compliance with the local law.

Further, the Mandatory shall ensure to all nationals of States Members of the League of Nations, on the same footing as to his own nationals, freedom of transit and navigation, and complete economic, commercial and industrial equality; provided that the Mandatory shall be free to organise essential public works and services on such terms and conditions as he thinks just.

Concessions for the development of the natural resources of the territory shall be granted by the Mandatory without distinction on the grounds of nationality between the nationals of all States Members of the League of Nations, but on such conditions as will maintain intact the authority of the local Government.

Concessions having the character of a general monopoly shall not be granted. This provision does not affect the right of the Mandatory to create monopolies of a purely fiscal character in the interest of the territory under mandate, and in order to provide the territory with fiscal resources which seem best suited to the local requirements; or, in certain cases, to carry out the development of natural resources either directly by the State or by controlled agency, provided that there shall result therefrom no monopoly of the natural resources for the benefit of the Mandatory or his nationals, directly or indirectly, nor any preferential advantage which shall be inconsistent with the economic, commercial and industrial equality herein before guaranteed.

The rights conferred by this article extend equally to companies and associations organized in accordance with the law of any of the Members of the League of Nations, subject only to the requirements of public order, and on condition of compliance with the local law.

ARTICLE 8. The Mandatory shall ensure in the territory complete freedom of conscience and the free exercise of all forms of worship which are consonant with public order and morality; missionaries who are nationals of State Members of the League of Nations shall be free to enter the territory and to travel and reside therein, to acquire and possess property, to erect religious buildings and to open schools throughout the territory; it being understood, however, that the Mandatory shall have the right to exercise such control as may be necessary for the maintenance of public order and good government, and to take all measures required for such control.

ARTICLE 9. The Mandatory shall apply to the territory any general international conventions already existing, or which may be concluded hereafter, with the approval of the League of Nations, respecting the slave trade, the traffic in arms and ammunition, the liquor traffic, and the traffic in drugs, or relating to commercial equality, freedom of transit and navigation, aerial navigation, railways, postal, telegraphic, and wireless communication, and industrial, literary, and artistic property.

The Mandatory shall co-operate in the execution of any common policy adopted by the League of Nations for preventing and combating disease, including disease of plants and animals.

ARTICLE 10. The Mandatory shall be authorized to constitute the territory into a customs fiscal and administrative union or federation with the adjacent territories under his own sovereignty or control; provided always that the measures adopted to that end do not infringe the provisions of this mandate.

ARTICLE 11. The Mandatory shall make to the Council of the League of Nations an annual report to the satisfaction of the Council, containing full information concerning the measures taken to apply the provisions of this mandate.

A copy of all laws and regulations made in the course of the year and affecting property, commerce, navigation or the moral and material well-being of the natives shall be annexed to this report.

ARTICLE 12. The consent of the Council of the League of Nations is required for any modification of the terms of this mandate.

ARTICLE 13. The Mandatory agrees that if any dispute whatever should arise between the Mandatory and another Member of the League of Nations relating to the interpretation or the application of the provisions of the mandate, such dispute, if it cannot be settled by negotiation, shall be submitted to the Permanent Court of International Justice provided for by Article 14 of the Covenant of the League of Nations.

States Members of the League of Nations may likewise bring any claims on behalf of their nationals for infractions of their rights under this mandate before the said Court for decision.

The present instrument shall be deposited in original in the archives of the League of Nations. Certified copies shall be forwarded by the Secretary-General of the League of Nations to all Members of the League.

DONE at London, the twentieth day of July one thousand nine hundred and twenty-two.

Tazama ukurasa wa 198 hadi 201, The Sacred Trust: The League of Nations and Africa 1929-1946, Michael D. Callahan, Sussex Academic Press (2004), Box 2950 Brighton BN2 5SP United Kingdom.

****

KIAMBATISHO B

NO 205   ZANZIBAR AND MUSCAT   2 April 1861

[Independence]

No. 205—*AWARD of the Governor-General of India for the settlement of Differences between the Sultan of Muscat and the Sultan of Zanzibar. Reccognition of the independence of their respective States. 2nd April, 1861•.*

The Governor-General of India to the Sultans of Zanzibar and Muscat+.

Fort William, 2nd April, 1861.

BELOVED AND ESTEEMED FRIEND—

I address your Highness on the subject of the unhappy differences which have arisen between yourself and your Highness's brother, the Imam of Muscat, and for the settlement of which your Highness has engaged to accept the arbitration of the Viceroy and Governor-General of India.

Having regard to the friendly relations which have always existed between the Government of Her Majesty the Queen and the Government of Oman and Zanzibar, and desiring to prevent war between kinsmen, I accepted the charge of arbitration between you, and in order to obtain the fullest knowledge of all the points in dispute, I directed the Government of Bombay to send an offcer to Muscat and Zanzibar to make the necessary inquiries. Brigadier Coghlan was selected for this purpose, an officer in whose judgement, intelligence, and impartiality the Government of India reposes the utmost confidence.

Brigadier Coghlan has submitted a full and clear report of all the questions at issue between your Highness and your brother.

I have given my most careful attention to each of these questions.

The terms of my decision are as follows: -

1st. That his Highness Syud Majeed be declared ruler of Zanzibar and the African dominions of his late Highness Syud Saeed.

2nd. That the ruler of Zanzibar pay annually to the ruler of Muscat a subsidy of 40,000 crowns.

3rd. That his Highness Syud Majeed pay to his Highness Syud Thowaynee the erreas of subsidy for two years, or 80,000 crowns.

I am satisfied that these terms are just and honourable to both of you; and as you have deliberately and solemnly accepted my arbitration, I shall expect that you will cheerfully and faithfully abide by them, and that they will be carried out without unnecessary delay.

The annual payment of 40,000 crowns is not to be understood as a recognition of dependence of Zanzibar upon Muscat, neither is it to be considered as merely personal between your Highness and your brother Syud Thowaynee. It is to extend to your respective successors, and is to be held to be a final and permanent arrangement, compensating the ruler of Muscat for the abandonment of all claims upon Zanzibar and adjusting the inequality between the two inheritances derived from your father, his late Highness Syud Saeed, the venerated friend of the British Government, which two inheritances are to be henceforth distinct and separate.

I am, &c,

CANNING

H.H. Syud Majeed, Sultan of Zanzibar

H.H. Syud Thowaynee Bin Saeed bin Sultan of Muscat

•This Award was accepted by the Sultan of Muscat on the 15th May and by the Sultan of Zanzibar on the 25th June, 1861. (see "S.P"., vol. lvi, pp.1397, 1398)

+Similar letters were addressed by the Governor-General of India to H.H. Syud Majeed, Sultan of Zanzibar, and to H.H. Syud Thowaynee Bin Saeed bin Sultan, of Muscat: Ukurasa 961/62, Sir Edward Hertslet.

****